कौटुंबिक हिंसाचार

मेधा ताडपत्रीकर

डायमंड पब्लिकेशन्स

कौटुंबिक हिंसाचार

मेधा ताडपत्रीकर

Kautumbik Hinsachar

Medha Tadapatrikar

प्रथम आवृत्ती : २०१२

ISBN 978-81-8483-478-9

© मेधा ताडपत्रीकर

अक्षरजुळणी

डायमंड पब्लिकेशन्स, पुणे

मुखपृष्ठ

शाम भालेकर

मुद्रक

Repro India Limited, Mumbai.

प्रकाशक

डायमंड पब्लिकेशन्स

१२५५ सदाशिव पेठ

लेले संकुल, पहिला मजला

निंबाळकर तालमीसमोर, पुणे ४११ ०३०.

☎ ०२० – २४४५२३८७, २४४६६६४२

diamondpublications@vsnl.net
www.diamondbookspune.com

प्रमुख वितरक

डायमंड बुक डेपो

६६१ नारायण पेठ, अप्पा बळवंत चौक

पुणे ४११ ०३०. ☎ ०२० – २४४८०६७७

माझी आई,
आपण आपल्या जवळच्यांना कायम गृहीत धरतो;
ते सतत आपल्याबरोबर असणारच असा आपला समज असतो.
आज तू नाहीस तरीही सतत तुझ्या आठवणी सोबत असतातच.
लहानपणी तुझ्याशी भांडण झाले की,
मी तुझ्यासारखे वागणार नाही, तुझ्यापेक्षा वेगळी होणार असे वाटायचे;
पण आज मी थोडीतरी तुझ्यासारखी आहे, याचे समाधान वाटते आहे.
खूप गोष्टी बोलायच्या, सांगायच्या राहूनच गेल्या ना?

Thanks for giving me strength, wisdom, love and compassion;

but mostly thanks for being you.

Love you.

ऋणनिर्देश

हे पुस्तक लिहीत असताना अनेकांचे सहकार्य मिळाले. सर्वप्रथम अनेक ओळखीच्या व अनोळखी स्त्रिया, ज्यांनी आपले मन माझ्यासमोर उघड केले; आपले दु:ख, अत्याचार माझ्यासमोर विनासंकोच मांडले. त्या सगळ्यांचे मन:पूर्वक आभार !

हा विषय पहिल्यांदा मला पत्रकार श्री. अशोक भट यांनी सुचवला. माझ्याकडून दोन-चार लेखही लिहून घेतले. त्यांच्यामुळे एका चांगल्या कामाची सुरुवात झाली. मी त्यांचेही आभार मानते.

तसेच माझ्या कचेरीतील सहकारी, ज्यांनी माझ्या पुस्तकाची सगळी कामे हसतखेळत केली, त्यांचेही आभार !

माझे वडील, ज्यांचा पाठिंबा आणि सहवास मला सतत पुढे जाण्याची प्रेरणा देत असतो. माझा मोठा भाऊ डॉ. मिलिंद व वहिनी सँडा ह्यांच्यामुळे प्रोत्साहन मिळाले; तसेच परदेशातील पीडित स्त्रियांबद्दल माहितीही मिळाली. माझे भाचे हॅरी आणि ज्यो, ज्यांच्या उल्लेखाशिवाय हे पुस्तक पुरेच होऊ शकत नाही.

लोकसत्ताचे पुण्याचे निवासी संपादक, श्री. मुकुंद संगोराम ह्यांनी पुस्तक मांडणीबाबत सतत मोलाचा सल्ला दिला आणि मदत केली, आपल्या व्यस्त दिनक्रमातूनही कायम वेळ काढला. त्यांच्या निरपेक्ष मैत्रीतून खूप काही शिकायला मिळत असते. त्यांचे आभार मानणे हा औपचारिकपणा वाटला तरीही त्यांच्या उल्लेखाशिवाय हे पुस्तक पूर्ण होऊ शकत नाही.

शिरीष, माझा व्यवसायातला भागीदार आणि मित्र. गेल्या काही वर्षांत सगळ्या अडीअडचणीत कायम खंबीरपणे माझ्यामागे उभा राहिला. हे पुस्तक प्रकाशित करण्यासाठी सतत माझा पाठपुरावा करत राहिला. त्याच्या मैत्रीसाठी, उत्तेजनासाठी, त्याचे आभार न मानता त्याच्या मैत्रीच्या ऋणात राहणे मला जास्त आवडेल.

डायमंड पब्लिकेशन्सचे श्री. दत्तात्रेय पाष्टे हे वेगळ्या विषयांवरची पुस्तके काढण्यासाठी प्रसिद्ध आहेतच. ह्या वेगळ्या विषयाला ते पटकन हो म्हणाले; म्हणून त्यांचे आणि त्यांच्या सर्व सहकाऱ्यांचे आभार !

धन्यवाद !

मनोगत

'कौटुंबिक हिंसाचार' हा विषय तसा हटके आणि वेगळा. मी या विषयावर पुस्तक लिहिते आहे म्हटल्यावर बहुतेकांच्या चेहऱ्यावर आणि ओठांवर एकच प्रश्न होता की, मी हा विषय का निवडला? कारण तसे बघायला गेले तर मला आत्तापर्यंतच्या आयुष्यात हिंसाचारच काय पण तसा कोणताही त्रास सहन करावा लागलेला नाही. कारण माझा जन्म एका सुखवस्तू, पुरोगामी विचारांच्या कुटुंबात झाला; पण पीडित स्त्रीची व्यथा समजायला आपण स्वत:ही त्या प्रसंगातून जायलाच पाहिजे, असे मला वाटत नाही. आपण जर आपले मन विस्तारित करून इतरांची दु:खे समजावून घेतली तर शक्य असेल तेथे मदत करता येते.

मला वाटते हा विषय निवडायचे हे एक कारण असावे, दुसरे हेदेखील असेल की, माझ्या आयुष्याला वळण देणाऱ्या दोन्ही स्त्रिया - माझी आजी आणि आई – या स्वतंत्र व्यक्तिमत्त्वाच्या आणि कणखर होत्या. दोघींनीही मला वाढवताना एक स्वतंत्र व्यक्तिमत्त्व म्हणून वाढवलं. कधीही तू हे करू शकणार नाहीस किंवा मुलगी म्हणून हे करायचे नाहीस अशी बंधनेही नसल्याने माझे व्यक्तिमत्त्व स्वतंत्र व्हायला वाव मिळाला. अर्थात, माझ्या वडिलांनीसुद्धा स्वत:चे निर्णय स्वत: घेण्यासाठी पाठिंबा दिला.

शिक्षणाचे महत्त्व आजीकडूनच समजले. नकळत्या वयात वर्तमानपत्रे आणि पुस्तके वाचायच्या सक्तीचे वाचनाच्या प्रेमात कधी रूपांतर झाले ते कळलेच नाही. 'सतत नवीन शिकलेच पाहिजे' हे ती सतत सांगत असायची आणि आईने सर्व थरांतल्या व्यक्तींबरोबर वागताना नीट आणि धीर धरूनच वागले पाहिजे आणि कनवाळूपणानेच वागले पाहिजे हे मनावर बिंबवले.

या कणखर स्त्रियांच्या छत्राखाली वावरताना स्त्रीचे स्थान दुय्यम असते असे कधीही जाणवले नाही. उलट, स्त्री ही घर, बाहेरचे सगळे सांभाळू शकते आणि तेदेखील प्रेमाने, असे कळले. मी हे पुस्तक लिहावे अशी माझ्या आईची खूप इच्छा होती; पण काम, वेळप्रसंगी आलेले अडथळे तर कधी माझा आळशीपणा यामुळे पुस्तक पूर्ण करायला वेळच लागला. मात्र, पुस्तक पूर्ण झाल्याचे पहायला आज ती नाही; पण हे पुस्तक पाहून तिला खूप आनंद झाला असता, हे नक्की!

एकीकडे असे संस्कार तर दुसरीकडे माझ्या कामामुळे आणि स्वभावामुळे जवळपासच्या ओळखीच्या स्त्रियांचे प्रश्न सोडवायला मदत करत होते. यामुळे विविध क्षेत्रांतील, वयातील, स्तरांतील अनेक स्त्रियांशी संबंध आला आणि असे लक्षात आले, की स्त्रीला दररोजच्या जीवनात विविध प्रकारच्या कधी सुप्त तर कधी उघडपणे-छळाला सामोरे जावे लागते. मग त्या स्त्रीचे शिक्षण किती आहे, पैसा आहे का, ती नोकरी करते का, असे कोणतेही समान निष्कर्ष नसतानाही तिला छळ सहन करावा लागतो. अनेकदा तर आपला छळ होतो आहे हेदेखील तिच्या ध्यानात येत नाही.

स्त्रीचा होणारा छळ आपल्यादेखील आजूबाजूला होत असतो. अत्याचार हा शारीरिकच असला पाहिजे असे नाही. मानसिक अत्याचाराच्या खुणा शारीरिक अत्याचाराप्रमाणे दिसल्या जरी नाहीत तरी त्याचे घाव हे जास्त खोल आणि त्रासदायक असतात. 'तू गप्प बस, तुला काही कळत नाही.' 'मला अक्कल शिकवू नकोस', अशा प्रकारे बोलणारे आणि हे ऐकणाऱ्या स्त्रिया नेहमीच दिसतात. आपल्यावर अन्याय होतो आहे हे कळत असूनही सामाजिक प्रतिष्ठा सांभाळण्यासाठी तर कधी मुलांसाठी आणि काहीवेळा आर्थिक कारणामुळे तो सहन करत अनेक वर्षे संसार करणाऱ्या स्त्रिया पाहिल्या. त्यांच्यातले 'स्वत्व' हरवलेले पाहिले. त्यांना आपल्या हक्कांची पुरेशी माहिती नसल्याचेही लक्षात आले. कायद्याची माहिती असणे म्हणजे लगेचच घर मोडायला निघणे मुळीच नाही; पण कायद्याबद्दल अनभिज्ञता असणेही बरोबर नाही. जेव्हा आपल्या हक्कांची माहिती असते, ज्ञान असते तेव्हाच आपण आपल्यावर होणाऱ्या अत्याचाराविरुद्ध काही तरी पावले उचलू शकतो.

अत्याचार – मग तो शाब्दिक, मानसिक असो वा शारीरिक असो– हा चूकच आहे असे मला वाटते. एक माणूस म्हणून मान मिळण्याचा अधिकार स्त्री आणि पुरुषाला समान असावा असे मला वाटते. आपल्या समाजात एकतर स्त्रिया आपल्या छळाबद्दल मोकळेपणाने बोलत नाहीत. कौटुंबिक छळाची ज्या प्रकारची माहिती पाश्चात्त्य देशात मिळते तशी माहिती आपल्या देशात मिळत नाही.

व्यवसायाने एका मार्केट रिसर्च कंपनीची संचालिका असल्याने या सुप्त अत्याचाराची माहिती मिळवावी असा विचार आला आणि मग सुरू केला अभ्यास. एक सर्वेक्षणचाचणी करायचे ठरवले. म्हणून २००९ साली मोठ्या प्रमाणात चाचणी केली; पण मध्यंतरीच्या काळात ही माहिती प्रसिद्ध केली गेली नाही. मग परत एकदा सर्वेक्षण करायचे ठरवले. आशा होती की मधल्या दोन वर्षांत समाजात जर बदल घडले असतील तर ते या सर्वेक्षणातून कळतील; पण दुर्दैवाने गेल्या दोन वर्षांत कौटुंबिक हिंसाचाराकडे बघण्याचा आपला दृष्टिकोन बदललेला नाही. नाण्याच्या दोन्ही बाजू निरखून, तपासून मगच निर्णय घ्यायचा या स्वभावामुळे पुरुषांवर होणाऱ्या अत्याचाराबद्दलही या पुस्तकात उल्लेख

आहे. कारण केवळ स्त्रियाच कौटुंबिक अत्याचाराच्या बळी असतात असे म्हणणे चुकीचे होईल. पुरुषांवरही मानसिक, शारीरिक, लैंगिक अत्याचार केला जातो आणि तोही जवळच्या महिलेकडून हे सत्यही नजरेआड करून चालणार नाही.

हे सर्वेक्षण करण्यासाठी जी प्रश्नपत्रिका तयार करण्यात आली होती ती भरून घेण्यासाठी मुलींनाच पाठवण्याचा निर्णय घेण्यात आला. त्यांना योग्य प्रशिक्षण देऊन मग माहिती गोळा करण्याच्या कामगिरीवर पाठवण्यात आले. ज्या महिलांनी ही प्रश्नपत्रिका भरून दिली त्यांचे कौतुक करावे तेवढे थोडेच आहे; कारण आपल्या अत्यंत खाजगी बाबींची माहिती अनोळखी मुलींना द्यायची तयारी अनेकींची नव्हती. कारण माहितीचा उपयोग कसा होईल, कशासाठी होईल, चुकीच्या हाती माहिती पडली तर त्याचे परिणाम काय होतील, असे अनेक प्रश्न या महिलांच्या मनात होते, तरीही त्यांनी माहिती दिली. ज्या मुलींनी ही माहिती ज्या प्रकारची संवेदनशीलता दाखवून जमा केली, त्याबद्दल त्यांचेही कौतुक.

या सर्वेक्षणातून जे निष्कर्ष निघाले आहेत त्यांना मर्यादा जरूर आहेत; कारण खरे आकडे अजूनही जास्त किंवा वेगळेही असू शकतील. मात्र, माझ्या अभ्यासातून आलेली ही माहिती आहे ती सर्वांपर्यंत पोहोचावी एवढीच इच्छा.

हे पुस्तक लिहिताना कौटुंबिक हिंसाचार म्हणजे काय, आपण त्याची शिकार आहोत काय, असलो तर कायदा काय सांगतो, कशी मदत मागावी, आणि सर्वेक्षणातून आलेली माहिती लोकांपर्यंत पोहोचावी हा एकच हेतू आहे. ही माहिती सगळ्यांना सहजपणे समजावी म्हणून मुद्दामहूनच सोपी भाषा वापरली आहे.

एक स्त्री म्हणून, एक माणूस म्हणून मला जसे माझ्या घरात वाढवले गेले, आपले निर्णय घ्यायचे स्वातंत्र्य दिले गेले, एक व्यक्ती म्हणून मला मान दिला जातो त्याच मानाने सर्वच स्त्रियांना वागवले गेले पाहिजे, अशी माझी अपेक्षा आहे. पण त्यासाठी स्त्रीनेदेखील प्रयत्न करणे जरुरीचे आहे. माझ्यावर होणारा अत्याचार, ज्या प्रकारची वागणूक मिळते ती एक स्त्री म्हणून सहन केली पाहिजे ही मानसिकता सोडून द्यायचा प्रयत्न केला पाहिजे.

प्रत्येक स्त्रीच्या त्या प्रयत्नात माझा एक लहानसा वाटा म्हणून हे पुस्तक. लहान गावाप्रमाणेच शहरातील माझ्या मैत्रिणींना या माहितीचा उपयोग व्हावा, म्हणून या पुस्तकाचा खटाटोप.

माझ्या काही वर्षांच्या परिश्रमाची माहिती आज पुस्तकरूपाने वाचकांच्या हातात देताना मला आनंद होतो आहे.

– मेधा ताडपत्रीकर

अनुक्रमणिका

प्रकरण

१

कौटुंबिक हिंसाचार

कौटुंबिक हिंसाचार हा स्त्रीविरुद्ध होत असलेला सर्वसामान्य आणि सततचा होणारा छळ आहे. ज्या देशात अशा प्रकारच्या हिंसेसंबंधी सखोल अभ्यास केला गेला त्या प्रत्येक देशात असे दिसून आले आहे की देशातील १० ते ६९% बायकांना आपल्या आयुष्यात हिंसेला सामोरं जावं लागतं आणि तो हिंसाचार आपल्या जवळच्या जोडीदाराकडून होणारा असतो. १२ ते २५% स्त्रियांना बळजबरीने लैंगिकसंबंध वा त्याचा प्रयत्नही आयुष्यात भोगावा लागलेला आहे.

अशा पाहणीतून धक्कादायक माहिती उपलब्ध झाली आहे.

- स्त्रीविरुद्धच्या हिंसाचाराचा सूत्रधार हा प्रामुख्याने पुरुष असतो.
- सलगीच्या नात्यात (intimate relationship) शारीरिक हिंसाचाराबरोबर मानसिक व शाब्दिक हिंसाचार जास्त प्रमाणात दिसून येतो. चारपैकी एक स्त्री लैंगिक अत्याचाराला बळी पडते.
- स्त्रीला तिच्या जवळच्याच आणि ओळखीच्याच पुरुषाकडून हिंसेचा जास्त धोका असतो.

ऑस्ट्रेलिया, कॅनडा, साउथ अफ्रिका, इस्त्राईल आणि अमेरिकेत हिंसेमुळे होणाऱ्या महिलांच्या हत्येपैकी ४० ते ७०% महिलांची हत्या त्यांच्या जोडीदाराकडून झालेली दिसून येते.

अनेक देशांत पुरुषांना बायकोला मारण्यात काहीही आगळे वाटत नाही.

आपल्यावर अत्याचार होतो आहे याची लाज वाटत असल्यामुळे आणि लोक काय म्हणतील, या भीतीमुळे अनेक स्त्रिया हा छळ निमूटपणे सहन करतात. एवढेच

नाही तर त्या कोणाकडेही तक्रार करत नाहीत, त्यामुळे स्त्रियांवर होणाऱ्या अत्याचाराची खरी माहिती कुठेही उपलब्ध नाही. जन्माआधीपासून स्त्रियांवर अत्याचार होत असतात आणि ते आयुष्यभर चालूच असतात.

घरगुती हिंसेव्यतिरिक्त अजूनही काही प्रकारच्या हिंसांमुळे स्त्रियांच्या आयुष्यावर परिणाम होतो-

- युद्धात होणाऱ्या बलात्कारांमुळे लाखो महिला, मुली गरोदर आणि एचआयव्ही बाधित झालेल्या आहेत.
- आशियाई खंडात ६ कोटींहून अधिक मुली गर्भजल चाचणी, भ्रूणहत्या आणि उपेक्षेमुळे 'अदृश्य' झाल्या आहेत.
- स्त्रीची सुंता करणे, ज्यात स्त्रीची बाह्य जननेंद्रिये काही प्रमाणात किंवा पूर्णपणे काढून टाकली जातात, या प्रथेमुळे १३ कोटींहून अधिक स्त्रियांचे आयुष्य कष्टप्रद बनले आहे. दरवर्षी साधारण २० लाखांहून अधिक मुलींना या प्रथेला सामोरे जावे लागते.
- वेश्याव्यवसाय, मानवी तस्करी, लैंगिक शोषण, सेक्स पर्यटन हे जगभर वाढत चाललेले प्रश्न आहेत. दरवर्षी साधारणपणे ८ लाख लोकांची तस्करी केली जाते. हा उद्योग फायद्याचा आणि अंमली पदार्थांच्या तस्करीपेक्षा कमी जोखमीचा असल्याने यात अनेक आंतरराष्ट्रीय टोळ्यांचा सहभाग वाढत आहे. यातील बहुतेक मुली वेश्याव्यवसायात अडकल्या जातात. या आकडेवारीत आपल्या देशांतर्गत खरेदी-विक्री करण्यात येणाऱ्या स्त्रियांचा समावेश नाही. जगभरातल्या कानाकोपऱ्यातून स्त्रियांची तस्करी होत असली तरी यातील सर्वाधिक २.५ लाख मुलींची तस्करी फक्त आशिया खंडातून होते.

छळ झालेल्या बायकांना इतरांपेक्षा अस्वस्थता, नैराश्य, खाण्यामुळे होणारे प्रकृतीमधील बिघाड, पुनरुत्पादन संबंधीच्या समस्या जसे गर्भपात, जन्मतःच मृत झालेले मूल होणे, वेळेआधी प्रसूती होणे, लैंगिक आजार, नको असलेले गर्भारपण अथवा असुरक्षित गर्भपात असे अनेक त्रास सहन करावे लागतात.

दर चारपैकी एका स्त्रीला गरोदरपणातही छळाला सामोरे जावे लागते. या सर्वांमुळे देशाचा आरोग्य व पोलिस यांच्यावर होणारा खर्च वाढत जातो. त्याचबरोबर स्त्रियांची शैक्षणिकभरारी आणि कार्यक्षमता कमी होते. अमेरिकेत अशाप्रकारच्या हिंसेमुळे १२.६ बिलियन डॉलर्स खर्च केले जातात तर भारतात प्रत्येक छळाच्या प्रसंगामुळे बाईचे साधारणपणे ७ कामाचे दिवस वाया जातात.

प्रकरण

२

स्त्री

आदिम काळापासून स्त्रीचा प्रवास पाहिला तर पहिल्यांदा ती पुरुषाप्रमाणे त्याच्या बरोबरीनेच जगण्यासाठी, पुढच्या पिढीच्या संरक्षणासाठी लढली असण्याची शक्यता आहे. *त्या समूहात तिचा वरचष्मा राहिला. इतर प्राणिमात्रात स्त्रीजातच कायम वरचढ असलेली निदर्शनास येते. त्यामुळे मूळ समूहातदेखील असेच असण्याची शक्यता जास्त आहे.* पण स्त्रीला भोगवस्तू करण्याचा पुरुषांचा प्रयत्न होता. पुरुषाला आपले वर्चस्व स्थापित करण्यासाठी संपूर्ण समाजव्यवस्थाच मुळापासून बदलणे भाग होते.त्यामुळेच स्त्रीला 'चूल आणि मूल' या भूमिकेत गुंतवून ठेवण्याची कल्पना त्याने अस्तित्वात आणली.

पुराणकाळातही गार्गी, मैत्रेयी, लोपामुद्रा, घोषा या चार स्त्रियांच्या रचनांचा वेदात समावेश आहे. *त्या काळातल्या गोष्टी ऐकल्या तर स्त्रीला पुरुषाएवढाच मान होता. अनेक राजकन्या आपले स्वयंवर मांडत असत. राजकन्या ज्याला पसंत करील त्याच्याशीच तिचे लग्न होत असे.* युद्धकलेतही त्यावेळच्या स्त्रिया पारंगत होत्या, पुरुषाच्या खांद्याला खांदा लावून त्या लढत होत्या.

योनिशुचितेची कल्पना ही अलीकडच्या काळातली असावी असे दिसते. अन्यथा कुंती, मत्स्यगंधा यांचा उल्लेख मानाने झाला नसता; कारण कुंतीला दुसऱ्या पुरुषापासून गर्भधारणा झालेली होती तरीही तिच्या मुलांना राजपुत्रांचा मान मिळाला. द्रौपदीलादेखील पाच पती होते तरी तिला पंचकन्यांपैकी एक मानले गेले आहे,

त्यामुळे शरीरसंबंधाबाबत स्त्रीला आपला निर्णय घेण्याची मुभा नक्कीच होती आणि आपला पती निवडण्याची ही मुभा होती.

पण स्त्रीकडे असलेली विचार करण्याची क्षमता संपवून कशी टाकता येईल, याचाच विचार सातत्याने होत गेला. वंशसातत्याची जबाबदारी फक्त स्त्रीकडेच आहे, अशा समजातून तिला कोणत्याही प्रकारचं वैचारिक स्वातंत्र्य देणं पुरुषाला परवडेनासं झालं.

आजही एखाद्या दाम्पत्याला मूल होत नसेल तर त्याचा दोष मुख्यत्वेकरून स्त्रीलाच दिला जातो. पूर्वीच्या काळी राजे आणि सम्राट यांच्या पदरी असलेला जनानखाना हे त्याचेच प्रतीक. ज्या राजाचा जनानखाना मोठा, त्याची लैंगिकशक्ती जास्त आणि तोच जास्त बलवान असा समज होता.

स्त्री ही उपभोगाप्रमाणेच मालकीची आणि पदरी बाळगण्याची 'वस्तू' झाली, त्यामुळे युद्धात जिंकणारे हे पराभूतांच्या टोळ्यांतील स्त्रियांना पळवून नेत असत आणि त्यांच्यावर अत्याचार होत असत. हे एक प्रकारचे विजयाचे प्रतीक मानले जायचे. ही पद्धत आजही जगभर चालू आहे. अम्नेस्टी इंटरनॅशनलच्या सर्वेक्षणानुसार अलीकडच्या काळात युद्ध, लढाईत ७०% जखमी हे सर्वसामान्य नागरिक आहेत आणि त्यांतील ८०% संख्या ही स्त्रिया व मुलांची आहे. त्यांच्याच दुसऱ्या सर्वेक्षणानुसार जगातल्या प्रत्येकी ३ पैकी १ स्त्री ही मारहाण, लैंगिक अत्याचार वा इतर प्रकारच्या अत्याचाराला बळी पडते.

आजकाल अनेक गुन्हेगारी संघटना या मादकद्रव्यापेक्षाही मुली/स्त्रियांची तस्करी करण्यात गुंतलेल्या आहेत. गरीब घरातील, युद्धग्रस्त भागातील मुली, तरुणींना उज्ज्वल भविष्याचे आमिष दाखवून त्यांना पाश्चिमात्य देशात आणल्यानंतर त्यांचे पासपोर्ट जप्त करून, त्यांच्या प्रवासाचा खर्च भरून काढण्याच्या नावाखाली त्या तरुणींना वेश्याव्यवसाय करायला भाग पाडले जाते. ज्या तयार होत नाहीत त्यांना अनेकदा मारहाण करण्यात येते. इतर मुलींवर जरब बसवण्यासाठी काहीजणींना जिवानिशी मारले जाते, अनोळखी देशात, हातात पासपोर्ट नसल्याने आणि भाषेच्या अडचणीमुळे अनेकजणी वर्षानुवर्ष या नरकात खितपत पडतात. पूर्वीच्या धंद्यातला बदल म्हणजे आजकाल ग्राहकाच्या मागणीनुसार त्या रंगरूपाच्या मुलींना पळवण्यात येते. सोनेरी केस आणि निळ्या डोळ्याच्या मुलींचा भाव कल्पना करता येणार नाही इतका आहे; असे या क्षेत्रातील मुलींना सोडवण्याचे काम करणाऱ्या एका स्वयंसेवकाचे मत आहे.

पुरुषाला स्त्रीवर लैंगिक अधिकार गाजवायचा असतो आणि खरेतर ते स्त्रीच्या

सहभागाशिवाय शक्य नसते, त्यामुळेच अत्याचार करून स्त्रीला गुलाम बनवले जाते आणि अत्याचार होतच रहातो.

अनेक आफ्रिकी देशांत स्त्रियांच्या लैंगिक अवयवांची सुंता केली जाते. जगभरात साधारणपणे १०० ते १४० कोटी महिलांची या प्रकारची सुंता झाली आहे. मुलगी लहान असताना एखाद्या वैदू स्त्रीकडून ही सुंता करण्यात येते, तिच्या योनीवरचा काही अथवा संपूर्ण भाग कापून, वरचा भाग शिवला जातो आणि केवळ मूत्र विसर्जनापुरती जागा ठेवली जाते. स्त्रीच्या लैंगिककामना उत्पन्न होऊ नयेत म्हणून ही शस्त्रक्रिया केली जाते. स्त्रीची योनिशुचिता राखली जावी म्हणून व पुरुषाला कामक्रीडेत आनंद मिळावा म्हणून अनेक जाती, जमातींत ही प्रथा राबवली जाते. यामुळे अनेक स्त्रियांना आयुष्यभर अनेक शारीरिक त्रासाला आणि वेदनेला सामोरे जावे लागतं. प्रसवकाळी तर या वेदना असह्य होतात पण मूल झाल्यावर परत वरचा भाग शिवून टाकला जातो. शिक्षणामुळे आज अनेक देश संयुक्त राष्ट्रांच्या साहाय्याने ही प्रथा मोडून काढण्याच्या प्रयत्नात आहेत आणि त्यांना काही प्रमाणात यश येत आहे.

सत्तेच्या हव्यासातूनच गुलामगिरी निर्माण झाली. ती माणसाच्या मेंदूतून निघालेली एक कुकल्पना आहे. गुलामाला मालकाच्या इच्छेनुसार जगण्याची आणि वागण्याची सक्ती असते आणि ती सर्व पातळ्यांवर असते. स्त्रीला शारीरिक गुलामगिरीबरोबरच मानसिक गुलामगिरीत ढकलण्याची पुरुषांची युक्ती तिच्या लक्षात आली नाही. स्त्रीला कुटुंब आणि संगोपनाच्या नावाखाली घराच्या चार चौकटीत ठेवण्यात आले. शिक्षण हे सर्वांसाठीच महत्त्वाचे पण त्यापासूनही तिला वंचित ठेवण्याच्या कल्पनेला स्त्रियांकडून विरोध झाला नाही.

स्त्रीवर तिच्या खाजगी जीवनातही अनेक बंधने होती, तिच्या विटाळाच्या दिवसांत तिला बाहेर ठेवणे, पौराहित्याचा अधिकार नसणे यांसारख्या रूढींमुळे स्त्रीची समाजातली दुय्यम भूमिका अजूनच ठळक होत गेली.

स्त्रीमुक्तीची पहिली लाट विसाव्या शतकाच्या सुरुवातीला आली. तेव्हा स्त्रीला मतदानाचा हक्क मिळावा आणि निवडणुकीला उभे रहाण्याची मुभा मिळावी या विषयावर लढा झाला. व्हर्जिनिया वुल्फ या लेखिकेने आपल्या 'अ रूम ऑफ वन्स ओन' या पुस्तकात पुरुष स्त्रीवर शारीरिक आणि सामाजिक वर्चस्व कसे निर्माण करतो याचे वर्णन केले आहे.

सामाजिक रचना स्त्रीला बंधनात रहाणे भाग पाडते आणि स्त्री ही स्वतःची आणि पुरुषांनी केलेल्या अन्यायाची बळी आहे आणि तिचे वागणे हे पुरुषांनी ठरवून दिल्याप्रमाणेच आहे असा विचार या पुस्तकात मांडला आहे.

भारतात मात्र एकोणिसाव्या शतकाच्या अखेरीस आणि विसाव्या शतकाच्या प्रारंभीपर्यंत स्त्रियांच्या हक्कासाठी पुढे येणारे पुरुषही नव्हते. तेव्हाच्या संगीत नाटकात स्त्रीच्या भूमिकाही पुरुषच करत. महात्मा जोतिबा फुले यांचा स्त्रीशिक्षणाचा प्रयत्न त्यासाठी महत्त्वाचा. शिक्षणाच्या क्षेत्रात टाकलेले हे पाऊल स्त्रीमुक्तीसाठी अतिशय महत्त्वाचे ठरले.

स्त्री शिकू लागली, घराबाहेर पडली तरी तिचे पूर्वीचे समाजातील स्थान फारसे बदलले नाही. स्त्रीस्वातंत्र्याच्या नावाखाली तिचे अर्थार्जन सुरू झाले पण म्हणून तिची घरातली जबाबदारी काही कमी झाली नाही. काम करणाऱ्या स्त्रीकडून घरातल्या कामाबरोबरच बाहेरच्या कामाचीही जबाबदारी वाढली. तिची ओढाताण होऊ लागली. स्त्री बाहेर कितीही मोठ्या पदावर, यशस्वी असली तरीही तिने घरातल्या जबाबदाऱ्याही पार पाडल्याच पाहिजेत ही सर्वसामान्य प्रथा तथाकथित मध्यमवर्गात अजूनही दिसतेच. संयुक्त राष्ट्र संघटनेच्या मानव विकास अहवालात यासंबंधी काही आश्चर्यकारक माहिती समोर आली आहे. घरकाम आणि नोकरी असे दोन्ही प्रकारचे काम करणारी स्त्री सर्वसाधारणपणे पुरुषापेक्षा जास्त काम करते. काही विकसनशील देशांतील (developing countries) ग्रामीण भागातील स्त्री ही पुरुषापेक्षा २०% जास्त काम करते.

अनेक कंपन्यांत महत्त्वाच्या हुद्द्यावरही आता स्त्रिया दिसू लागल्या आहेत. पण तरीही इथे स्त्रीला पुरुषाच्या बरोबरीचे स्थान मिळताना दिसत नाही. अनेक सर्वेक्षणांनुसार असे दिसून आले आहे की, वरच्या हुद्द्यावर स्त्रीला पुरुषापेक्षा कमी पगार मिळतो. हा प्रकार अमेरिका व इतर प्रगतदेशांत दिसून येतो. अनेक खेळांच्या स्पर्धेतही स्त्रियांना दिल्या जाणाऱ्या बक्षिसाची रक्कम ही पुरुषांच्या बक्षिसापेक्षा कमी असते.

सकाळी नोकरीसाठी बाहेर पडताना स्त्री घरातल्या सगळ्यांसाठी जेवण बनवून, घरातले काम करून बाहेर पडते, दिवसभर काम करून घरी आल्यावर तिलाच सगळ्यांच्या खाण्यापिण्याचे बघावे लागते. यात आलेल्या पाहुण्यांची, सासरच्या मंडळींची बडदास्त राखणं ओघानंच येतं. सणवार आला की घरात गोडाधोडाच्या स्वयंपाकाबरोबरच व्रतवैकल्ये नीट पार पाडण्याची कामगिरी घरातल्या स्त्रीलाच पार पाडावी लागते.

मुले आजारी असतील तर प्रामुख्याने आईच रजा घेताना दिसते. एवढे करूनही नोकरी करणाऱ्या स्त्रीला ही तारेवरची कसरत सांभाळताना आपण आपल्या कर्तव्यात कमी पडलो तर घरात आपल्याला किंमत नाही याची मनात खंत असते. अपेक्षा वाढल्या तसे समाजातले मनोविकारांचे प्रमाण वाढले आहे. आज अनेक सुशिक्षित घरात एका मुलीच्या जन्माने समाधानी कुटुंबे आहेत तर राजस्थान, पंजाबमध्ये मुलींच्या

जन्माचे प्रमाण कमी होत चाललेले आहे. तिथे लग्नासाठी मुलगी मिळणे कठीण झाले आहे, मग एखाद्या गरीब घरातली मुलगी हुंडा देऊन घरात आणली जाते तर हुंडा देण्यासाठी पैसा नसलेल्या घरात काही वेळा दोन भावांत एकच पत्नी केली जाते.

आज मुलीला शिकवले जाते, शिक्षणासाठी पालक तिला परगावी, परदेशी पाठवायला तयार असतात, पण तेच लग्न करण्यासाठी तिच्या पाठीमागे लागतात. आजकालच्या शिकलेल्या मुलांना बायको म्हणून उच्चशिक्षित मुलगीच हवी असते, पण लग्न होताक्षणी अनेकजण तिने करियर न करता गृहिणी म्हणून रहावे असा हट्ट धरतात, किंवा परिस्थितीनुसार तिला घरी रहायला भाग पाडतात. आपल्या आजूबाजूला लक्ष देऊन पाहिलं तर इंजिनियर, डॉक्टर, वकिली शिकलेल्या अनेक स्त्रिया आपल्या ज्ञानाचा वापर करताना दिसत नाहीत. आपण आपल्या ज्ञानावर गंज चढवतो आहोत याचे भान त्यांना रहात नाही. गृहिणी असणे हे सर्वात अवघड काम, कारण हे एक कष्टाचे काम आहे. पण हळूहळू त्या आपल्या नवऱ्यावर लहानसहान गोष्टींसाठी अवलंबून रहायला लागतात.

अजूनही एकट्या स्त्रीकडे पहाण्याचा समाजाचा दृष्टिकोन दूषित आहे. स्त्रीला आपल्या सुरक्षेसाठी पुरुषाचे कवच लागते असे समजणारा मोठा वर्ग आपल्या समाजात आहे. एकीकडे घटस्फोटाचे प्रमाण वाढत आहे त्याचप्रमाणे अविवाहितांचे प्रमाणही वाढत चाललेले आहे. एकीकडे समाज पुढारत असताना, स्त्रीला अनेक प्रकारचे स्वातंत्र्य मिळत असताना, स्त्रीला स्वतःच्या क्षमतांची नवी ओळख होत असताना पुरुषांनी तिचे जे कमॉडिफिकेशन (व्यापारी वस्तुकरण वा बाजारीकरण) करायला सुरुवात केली, त्याला तिने फारसा विरोध केला नाही. आज माध्यमे, जाहिराती, टीव्हीवरील मालिकांत स्त्रीचे जे वर्णन केले जाते किंवा ज्या प्रकारच्या कपड्यांत तिचे प्रदर्शन केले जाते हेच आपले स्वातंत्र्य आहे असा अनेकींचा (गैर) समज झालेला आहे. खरेच स्वातंत्र्य म्हणजे अनिर्बंध वागणे, तोकडे कपडे घालणे, सिगारेट, मद्याचे सेवन करणेच आहे काय? मीदेखील एक आधुनिक स्त्री आहे. माझे कपडे, वागणे, विचार, आधुनिक आहेत असेही मी मानते. पण माझा आक्षेप स्वातंत्र्याच्या नावाखाली स्त्रीच्या देहाचे जे बाजारीकरण केले गेले आहे त्याला आहे. आज सर्वप्रकारच्या जाहिरातींमध्ये अर्धनग्न, कमी कपड्यांतल्या स्त्रियांचा सर्रास उपयोग केला जातो.

खरे तर, हा सगळा बदलता समाज पहात असताना असे जाणवते की स्त्रीचे पुरुषांनी मॉडिफिकेशन केले तरी तिच्याकडून फारसा विरोध झाला नाही. केवळ जाहिरातीच नाही तर वाहिन्यांवरील मालिकांतही तिची प्रतिमा ही त्याच कमॉडिफिकेशनचा एक प्रकार आहे. स्त्री ही एक तर साधी, सोज्ज्वळ, सोशिक

अथवा एकदम टोकाची म्हणजे खलनायिकी प्रवृत्तीची, भडक, अंगावर येणारी अशाच साच्यात बसवली गेलेली असते. तुमच्या आमच्या पहाण्यातल्या, आजूबाजूच्या नेहमीच्या सर्वसामान्य स्त्रीला यात कुठेही स्थान नाही.

आजच्या नायिका सिनेमामध्ये अंगप्रदर्शन करणे हे भूषण समजतात किंवा त्याला भूमिकेची गरज या नावाखाली खपवून टाकतात. जुन्या काळातली शालीन, डोक्यावरून पदर घेतलेली स्त्री आजच्या पिढीला जुनीपुराणी आणि खेडवळ वाटते. तर तंग कपडे आपल्या स्वातंत्र्याचे द्योतक वाटतात. कपड्याच्या लांबीरुंदीवर स्वातंत्र्याची परिभाषा ठरत नाही तर मनाच्या विचारांच्या स्वातंत्र्यावर ठरते.

आजची पिढी ही गेल्या जमान्यातल्या रूढिबद्ध बायकांपेक्षा जास्त गोंधळलेली आणि दिशाहीन वाटते. अनेक मार्ग आहेत; पण त्यातला आपल्याला आणि समाजासाठी कोणता उपयुक्त हे न उमजलेली वाटते. ही पिढी जास्त स्वत:भोवती फिरणारी झाली आहे. माणूस जेव्हा स्वत:पेक्षा समाजाचे हित पाहतो तेव्हाच 'क्रांती' होते. समाजाला गरज आहे अशा क्रांतीची.

कामाच्या ठिकाणी होणाऱ्या शारीरिक, लैंगिक अत्याचाराला ती स्त्री वाचा फोडताना घाबरते कारण समाजाची तिला भीती असते. अनेक स्त्रिया आजमितीला आपल्यावर होणारा अन्याय निमूटपणे सोसत आहेत. अजूनही स्त्रीवर अत्याचार झाला तर स्त्रीचीच चूक असणार, असा सर्वसामान्य समाजाचा दृष्टिकोन असतो. अत्याचाराचा कलंक स्त्रीला जन्मभर बाळगावा लागतो त्याला ती घाबरते. पुरुषाच्या बाबतीत मात्र उलटे आहे. हुंड्यासाठी बायकोला मारणाऱ्याला सहा महिन्यांच्या आत दुसरी बायको मिळते किंवा एखाद्या पुरुषाने बायको वारल्यानंतर लगेचच लग्न केले तर समाज ते स्वीकारतो पण तेच लग्न स्त्रीने केले तर तिला अनेक प्रश्नांना, टीकेला सामोरे जावे लागते.

स्त्रीला तिची 'माणूस' म्हणून प्रतिमा हवी आहे. तिला आपले वस्तुरूप अस्तित्व नकोसे आहे. ती आपल्याला हवे आहे ते मिळवण्यासाठी धडपडत आहे. तिला केवळ स्त्री, उपभोगाची वस्तू म्हणून जगण्याऐवजी माणूस म्हणून जगण्याचा अधिकार हवा आहे.

समाजातल्या प्रत्येक पातळीवर पुरुषाची शिकार होण्यापासून तिला बचाव करायचा आहे. गेल्या काही वर्षांतले वाढलेले घटस्फोटांचे प्रमाण हे त्याचेच द्योतक आहे. नवरा आपल्या पत्नीला माणूस म्हणून वागवत नाही ही तिची खंत आहे. तिला पहिल्यांदाच कायद्याचा आधार मिळालेला आहे. या आधाराचा ती कसा उपयोग करून घेते, यावर तिची यापुढील काळातली वाटचाल अवलंबून राहणार आहे.

प्रकरण

३

अत्याचार

भारतात अनेक स्त्रिया विविध प्रकारच्या अत्याचार, हिंसाचाराच्या बळी होताना दिसतात. हा अत्याचार शारीरिक, मानसिक, लैंगिक, आर्थिक, भावनिक असा असू शकतो. दुर्दैवाने अशा प्रकारांबाबत पोलिसांकडे कमी प्रमाणात तक्रारी केल्या जातात पण त्याच तक्रारींचे दर्शन दूरदर्शनवर विविध मालिकांमध्ये चवीचवीने घेतले जाते.

स्त्रीच्या समाजात असणाऱ्या दुय्यम स्थानामुळे अशाप्रकारचे अत्याचार होतात असे कारण दिले जाते तर स्त्री आपल्यावर होणारा अत्याचार निमूटपणे सहन करते, आपली वेदना मनात दाबून ठेवते आणि यात आपलीच चूक असणार अशी समजूतदेखील करून घेते.

अत्याचार समाजाच्या सर्व थरांत, सर्व प्रकारच्या जाती, जमाती, धर्मांत, शैक्षणिक पातळीवर होतो. त्याला वय, रंग, रूपाचे बंधन नसते. त्यामुळे स्त्रियांवर काही थरांतच अत्याचार होतात या भ्रमात रहाणे चुकीचे आहे.

अहंकार

स्त्रियांचा छळ का होतो, पुरुषांची त्यामागची मानसिकता काय असते याची नेमकी कारणे सांगता येतात पण ती सार्वकालिक किंवा सर्वच परिस्थितीत तीच असतील असे म्हणता येत नाही. प्रत्येक स्त्री–पुरुषागणिक, प्रत्येक नात्यात ती वेगळी असतात. अनेकदा तर काही पुरुष स्त्रियांना का मारहाण करतात किंवा त्यांचा छळ का करतात, याची कोणतीही ठोस कारणे देता येत नाहीत; पण अभ्यासकांना मात्र

सर्वसामान्य पुरुष आणि छळ करणारे पुरुष यांच्या मानसिकतेतील फरक ठळकपणे दिसतात. या फरकाच्या ज्या काही खुणा किंवा लक्षणे दिसतात त्यांनाच धोक्याचे इशारे असे संबोधले जाते. या वागण्यामागे आंतरिक, आजूबाजूचे वातावरण, मानसिकता, सामाजिक आणि परिस्थितिजन्य अशी अनेक कारणे असू शकतात.

पण प्रामुख्याने आपले वर्चस्व दाखवण्यासाठीच अनेक कारणांचा सबब म्हणून उपयोग छळ करण्याकरता करतात. हे एक प्रकारचे दुष्टचक्र आहे.

पुरुष काय काय करू शकतो :

१. भीती दाखवणे - तोडफोड करणे, हात उगारणे, शस्त्रे दाखवणे.
२. एकटे पाडणे - ती काय करते, कोणाशी बोलते, कोणाला भेटते आहे यावर बारीक नजर ठेवणे, मत्सर वाटतो हे कारण पुढे करणे.
३. मानसिक छळ करणे.
४. हिंसेची जबाबदारी टाळणे व त्यासाठी बाईलाच जबाबदार ठरवणे.
५. मुलांचा आपल्या फायद्यासाठी उपयोग करणे - मुलांकडून कामे करून घेणे, त्यांना आपल्या आईवर नजर ठेवण्यास सांगणे आणि त्याबद्दल त्यांना बक्षिशी देणे, मुलांना पत्नीपासून दूर करण्याची धमकी देणे.
६. पुरुषी अहंकाराचा वापर करणे - नोकरासारखे वागवणे, स्त्री-पुरुषांच्या कामांत भेदभाव करणे, स्त्रीच्या मताला किंमत न देणे, एककल्ली कारभार.
७. व्यावहारिक छळ - पैसे न देणे किंवा मोजकेच पैसे देणे, दिलेल्या प्रत्येक पैशाच्या हिशोबाची अपेक्षा करणे, नोकरीला बंदी घालणे, स्वतःच्या व्यवहाराची माहिती लपवून ठेवणे.
८. धमकावणे - खुनाची वा आत्महत्येची भीती दाखवणे.

वादळापूर्वीची शांतता

स्त्रीला मारहाण केल्यानंतर आपल्या कृत्याची पुरुष माफी मागतो आणि यापुढे चांगले वागण्याचे आश्वासनसुद्धा देतो. यानंतरचा काही काळ शांततेत पार पडतो. पण ही केवळ वादळापूर्वीची शांतता असते. कारण मग कुठल्यातरी छोट्या कारणामुळे हिंसाचाराला परत सुरुवात होते आणि त्या हिंसाचाराबद्दल त्या स्त्रीला जबाबदार धरले जाते. तुझ्या वागण्याने किंवा न वागण्यामुळे मला हात उगारावा लागला वा छळ करावा लागला, असे आपल्या कृत्याचे निलाजरे समर्थन करतो. काही दिवसांनी त्याला आपल्या कृत्याचे वाईट वाटून तो स्त्रीची माफी मागतो. हे दुष्टचक्र सतत चालू

रहाते. काही काळ अशाप्रकारच्या नात्यात घालवल्यावर त्या स्त्रीला अशा दुष्टचक्राचीसुद्धा सवय होते. किंबहुना तिला शांततेचीच जास्त भीती वाटू लागते. कारण शांततेच्या काळात यापुढे काय घडणार आहे याची तिला खात्री नसते. यापेक्षा नेहमीप्रमाणे मारहाण, हिंसा घडून गेली की तिला बरे वाटू लागते. हिंसाचारात नंतरच्या परिणामांची कोणतीही अपेक्षा, अनिश्चितता नसते. या चक्रात खालीलप्रमाणे क्रिया घडत असतात.

ताण तयार होण्याची प्रक्रिया

- अत्याचारी रागावतो, चिडतो, संतापतो – हे विनाकारण असू शकते किंवा यासाठी एखादी छोटीशी घटनाही कारणीभूत ठरू शकते.
- अत्याचाराला सुरुवात.
- एकमेकात कोणत्याही प्रकारचा संवाद नसतो.
- छळ होणारा आपल्या अत्याचाऱ्याला शांत ठेवण्याचा प्रयत्न करतो.
- ताण असह्य होतो.
- छळ होणाऱ्याने काहीही केले तरी अत्याचारीच्या संतापाचा उद्रेक होऊ शकतो त्यामुळे सावधगिरीने रहावे लागते.

हिंसाचाराची घटना – शारीरिक, मानसिक, लैंगिक अत्याचार होतो.
माफी मागण्याचे / स्थिती पूर्ववत आणण्याचे सत्र चालू होते.

- अत्याचारी आपल्या हिंसेबद्दल माफी मागतो.
- या प्रकारचे वर्तन आपल्याकडून होणार नाही याचे वचन देतो.
- आपल्या वागण्याबाबत बळी पडलेल्याला जबाबदार ठरवणे, वा वागण्याची जबाबदारी कामाचा, पैशांचा ताण, जोडीदाराने समजावून न घेणे यावर भर देणे.
- अत्याचार घडला असल्याचे मान्य न करणे वा तो फारच कमी स्वरूपात होता, हे पटवून देणे.

या पातळीवर स्त्रिया आपल्यावरील अत्याचाराला स्वतःलाच जबाबदार ठरवतात किंवा त्या अत्याचाराचीच भाषा बोलू लागतात. त्याची बाजू घेऊन स्वतःवरचा अत्याचार समाजापासून, जवळच्यापासून लपवू पाहतात. सांपत्तिक, कामावरची परिस्थिती बदलली, तर आपल्यावर अत्याचार होणार नाही, या कल्पनेला कवटाळून बसतात. आपल्यावर अत्याचार होतो आहे, हे त्यांना पटत नाही.

वादळानंतरची /पूर्वीची शांतता

- अत्याचार/हिंसा घडलीच नाही असे अत्याचाऱ्याचे वर्तन.
- शारीरिक अत्याचारात खंड.
- माफी मागताना दिलेल्या वचनांची काही प्रमाणात पूर्तता.
- अत्याचार संपला आहे, असे भासवणे.
- अति प्रेमाचे प्रदर्शन वा भेटवस्तू देऊन समजावणे.

या प्रकारचे दुष्टचक्र नात्यात अनेक वेळा घडते. प्रत्येक स्थितीचा कालावधी हा प्रत्येक नात्यासाठी वेगळा असतो. सगळे चक्र पूर्ण व्हायला काही तासांपासून ते वर्षे वा अधिक कालावधी लागू शकतो.

अर्थात सगळ्याच नात्यात, हिंसाचाराचे हे चक्र असतेच असे नाही. अनेकदा काळाबरोबर माफी आणि शांतता या पायऱ्या नष्ट होतात आणि चालू राहते फक्त हिंसाचाराचे दुष्टचक्र.

हिंसाचार करणाऱ्या पुरुषांच्या मनोवृत्तीत ज्या गोष्टी समान असतात, त्यात खाली नमूद केलेली काही ठळक कारणे दिसून येतात.

अ) आंतरिक कारणे

- स्वत:बद्दल न्यूनगंड
- जवळीकतेची भीती
- दुसऱ्यावर अधिकार गाजवण्याची मानसिक गरज
- प्रचंड राग (हा परिस्थितीचा, कुटुंबाबद्दलचा आणि जगावरचा असतो)
- नैराश्य
- तणाव सहन करण्याची असमर्थता
- स्वत: केलेल्या मारहाणीला कायम दुसऱ्याला किंवा परिस्थितीला जबाबदार धरणे.
- आपल्या कोणत्याही कृत्याबद्दल स्वत:ची चूक नाही, अशी कायमची समजूत असणे

ब) नात्यामधील कारणे

- मत्सर वा मालकी हक्क गाजवणे
- जोडीदाराशी संवाद नसणे
- प्रेम व्यक्त करण्याची असमर्थतता

- कोणतेही नाते नीट सांभाळता न येणे
- एकूणच स्त्रीबद्दल नकारात्मक दृष्टिकोन असणे

क) आजूबाजूच्या वातावरणाची कारणे

- बालपणापासून हिंसात्मक प्रसंगाचा साक्षीदार असणे.
- दारू व ड्रग्जचे व्यसन
- बेकारी
- मुलांचा छळ (बायकांना मारणाऱ्यांपैकी किमान ५०% पुरुष मुलांचाही छळ करताना दिसतात.)

वरील कारणांबरोबर अजून काही समान कारणे टोकाच्या हिंसाचारात दिसून येतात.

- लहानवयात पालकांकडून झालेला छळ
- घरात आईचा वडिलांच्या हाती होणाऱ्या छळाचा साक्षीदार
- माता-पित्यांच्या घटस्फोटामुळे दुभंगलेले बालपण
- शस्त्र हाताळणे वा त्यांचा वापर झालेला पहाणे

अनेक प्रकरणांमध्ये समुपदेशाने पुरुषाला त्याच्या भावना, तसेच त्याच्या हिंसाचारी वागण्याची कारणे दाखवून दिली जातात. काही वेळा अशाप्रकारच्या समुपदेशामुळे त्या पुरुषाच्या वागण्यात फरकही पडू शकतो. पण आपल्याला काही अडचण आहे याची त्याला जाणीव होणे गरजेचे असते.

सुरेश फारसा शिकलेला नाही, तो लहान असताना वडिलांनी आईच्या केलेल्या खुनाचा तो साक्षीदार होता. आईबरोबरच त्यालाही वडिलांच्या रागाची, मारहाणीची झळ पोहोचलेली. वडील तुरुंगात गेल्यावर काही वर्षे तो बाल सुधारगृहात राहिला. त्यानंतर जवळच्या नातेवाईकांकडे काही वर्षे गेली. पण तिथे त्याच्या दुर्दैवाने त्याच्यावर लैंगिक अत्याचारही झाला. सध्या तो एका कंपनीत नोकरीला आहे. त्याचे नुकतेच लग्न झाले; पण त्याच्याशी संवाद साधत मानसिक जवळिकीचे प्रयत्न केले किंवा त्याच्या बालपणाबद्दल प्रश्न विचारले, तर त्याचा मानसिक तोल ढळायचा. हळूहळू दिवसेंदिवस तो गप्प रहात असे. एकाएकी छोट्याशा कारणावरून त्याला राग येत असे. बायकोबद्दलचे प्रश्न विसरण्यासाठी तो दारूही पिऊ लागला; पण त्याचा राग दारूच्या नशेत जास्त वाढून त्याची बायकोला मारहाण कधी चालू झाली हे त्याला कळलंच नाही. त्याच्या नोकरीतील वरिष्ठांच्या प्रयत्नामुळे त्याचे समुपदेशन सुरू झाले. तिथे त्याच्या बालपणीचे मानसिक घाव बोलते झाले आणि तो लहान मुलासारखा रडू लागला. त्याचा भूतकाळ कसाही असला तरी त्याच्या मारहाण करण्याला माफी

नाही हे त्यालाही कळून आले; पण आपल्यावर ज्यांनी अत्याचार केला त्या आठवणींशी जुळते घ्यायला तो शिकतो आहे. बायकोची माफी मागून तो आपल्या भावना तिच्याबरोबर वाटण्याचा प्रामाणिक प्रयत्न करतो आहे.

तसे पाहायला गेले तर स्त्रियांकडूनही पुरुषांचा छळ होतो; पण त्याचे प्रमाण नगण्य आहे. बायका आपल्या स्त्रीत्वाचा अकारण फायदा घेतात आणि पुरुषांवर हिंसाचाराचा विनाकारण आरोप करतात असा काहीजणांचा आक्षेप आहे. स्वार्थासाठी अशाप्रकारची वर्तणूक करणाऱ्याही काही स्त्रिया आहेत; पण म्हणून सरसकट सर्व स्त्रीजातीबद्दल असा दावा करणे बरोबर नाही.

एक स्त्री म्हणून, एक पत्नी म्हणून अशा प्रकारची हिंसा तुमच्याबाबत घडत असेल, तर महत्त्वाची गोष्ट म्हणजे स्वत:बाबत निर्णय घेणे अत्यंत गरजेचे आहे.

☐ हे आपल्याबाबत घडते आहे, या वस्तुस्थितीचा न लाजता स्वीकार करा.

☐ जोडीदार काही म्हणाला तरी यात तुमचा काहीही दोष नाही, हे स्वत:ला ठामपणे पटवा.

☐ तज्ज्ञांच्या, जवळच्या कुटुंबीयांकडून मदतीची आणि सहकार्याची मागणी करा.

छळ करणारा पुरुष असे का वागतो, हे जाणून घेणे जसे महत्त्वाचे असते, तसेच लाज वाटून न घेता आपल्या नात्यात प्रश्न आहेत आणि त्यासाठी आपल्याला मदतीची जरुरी आहे हे स्त्रीने स्वत:ला पटवून देणेही महत्त्वाचे असते.

प्रकरण

४

मानसिक छळाच्या जखमा

'तुला यातलं काही कळणार नाही, तुझं डोकं यात चालवू नकोस', 'तुझ्या शिक्षणाचा काडीचा उपयोग नाहीये', 'देवानं अक्कल नावाची चीज तुला दिलेलीच नाहीये', 'तुला जगात काय चाललंय हे माहीत नसताना आपली जुनीपुराणी मतं देऊ नकोस!' ही अशी आणि यांसारखीच अनेक वाक्यं आपल्या आजूबाजूला अनेकदा कानांवर पडतात. ही वाक्ये बोलणारा आणि ऐकून घेणारी, हे दोघेही चांगल्या घरातले आणि सुशिक्षित असू शकतात. बऱ्याचदा आपल्या सगळ्यांच्या कानांवर या अर्थाची वाक्ये आपल्याला शेजारीपाजारी, समारंभात, नातेवाईक किंवा अगदी आपल्या स्वत:च्या घरीही ऐकू येतात. अशी वाक्ये ऐकल्यावर बाईच्या चेहऱ्यावर भयंकर शरमेचे भाव दिसतात तर त्या नवऱ्याच्या चेहऱ्यावर मात्र बायकोबद्दलचे तुच्छेतेचे भाव आणि आपण स्वत: फार शहाणे आहोत असे भाव दिसून येतात. आपण काही वावगे वागलेलो आहोत असे लक्षणही नसते.

या प्रसंगाचे प्रेक्षकही हा घरगुती मामला आहे किंवा त्याला लोकांच्यात बोलायचा पोच कमीच आहे असे अनुमान लावून मोकळे होतात; पण या साऱ्यात ती स्त्री 'मानसिक छळाची शिकार असू शकते' ही शक्यता कोणाच्याही लक्षात येत नाही. बरेचजण अशा प्रसंगांकडे दुर्लक्ष करताना एकप्रकारे त्या पुरुषाच्या वागण्याचे समर्थन करताना दिसतात. छळाची साधी सोपी व्याख्या म्हणजे एखादा माणूस भीती, मानहानी, लाज, हीनतेची भावना उत्पन्न करतो आणि त्यासाठी दहशत, बळजबरीचा वापर करून मानसिक अथवा शारीरिक वर्चस्व गाजवतो. मानसिक छळ म्हणजे

बोलून, शिव्या देणे, सतत चुका दाखवणे किंवा नाराजी दाखवणे, काही प्रकरणांत तर चक्क खूश व्हायला नकार देणे अशा विविध प्रकारांनी एखाद्याचे मानसिक खच्चीकरण करणे. सततच्या नकारात्मक वागण्याने दुसऱ्या व्यक्तीच्या 'स्व'ला मान न देता असा छळ केला जातो. मानसिक छळाच्या खुणा शरीरावर दिसल्या नाहीत तरी त्यांचा मनावर दूरगामी आणि खोलवर परिणाम होतो. या प्रकारचा छळ स्वतःच्या आणि कुटुंबाच्या स्वास्थ्याकरता जास्त धोकादायक असतो. याच्या खुणा शरीरावर दिसत नसल्याने हा प्रकार मानसिक छळ आहे हे कळायलादेखील अनेकदा बराच काळ जातो.

मानसिक छळात सतत ब्रेन वॉशिंग केले जाते. ज्यामुळे बळीची स्वत्वाची भावना, निर्णय घेण्याची क्षमता, आत्मविश्वास यांचे पद्धतशीर खंडन केले जाते. काही वेळा या प्रकारचा छळ सल्ला देणे, शिकवणे, मार्गदर्शन करणे या गोंडस नावाखाली पद्धतशीरपणे झाकला जातो; पण याचा परिणाम एकच होतो– स्त्री स्वतःला हरवून बसते. अनेकांचे अशा वागणुकीचे स्पष्टीकरण असते की, 'एखाद्याला एखाद्या गोष्टीची माहिती नसेल तर शिकवायला नको का?' पण जेव्हा पुरुष आपले व्यक्तिमत्त्व आपल्या जोडीदारावर लादायला लागतो, तेव्हा हा प्रश्न गंभीर बनतो.

आपल्या देशात अनेक ठिकाणच्या समाजात स्त्रीला निर्णय घेण्याचा, स्वतःचे मत मांडण्याचादेखील अधिकार नसतो.

छळात शारीरिक वर्चस्वापेक्षाही मानसिक वर्चस्व जास्त त्रासदायक असते आणि ते जगाला न दिसणारे असते.

आपल्याला पैसे मिळवण्याची काहीही जरुरी नाही या नावाखाली काहीवेळा एखाद्या उच्चशिक्षित मुलीचे आयुष्य घराच्या केवळ चार भिंतीत व्यतीत होते. हळूहळू घरातली तिच्या मताला असलेली किंमत कमी होत जाते. तिला प्रत्येक निर्णयासाठी इतरांवर अवलंबून राहण्याची सवय होते. मग काही वर्षांनी साधी साडी पसंत करतानादेखील नवरा किंवा इतरांची मदत लागते कारण तोपर्यंत आपल्याला स्वतःला काय आवडते आणि आपल्यालाही मत आहे याचा तिला पूर्ण विसर पडलेला असतो.

गृहिणीचे काम खरंतर सर्वात अवघड, कारण हा 'थँकलेस जॉब' आहे. घराची ही आघाडी तिला सांभाळू दिली, तिच्या मताला योग्य किंमत दिली तर उलट अख्ख्या कुटुंबाचा सर्वांगीण विकास व्हायला मदतच होते. याउलट सततचा अवमान, टीका, आरोप यांचा बाईच्या मनावर परिणाम होतो. या सर्वाला आपणच जबाबदार आहोत असे वाटू लागते. कुठल्याही परिस्थितीचा सारासार विचार करण्याची आपली क्षमता ती हरवून बसते. आपण सर्वांना नकोसे झालो आहोत, आपला कोणालाही कसलाही उपयोग नाही, असे नकारात्मक विचार तिच्या मनाचा कब्जा घेतात; पण

तिची मानसिक स्थिती इतकी वाईट झालेली असते की ती अत्याचार करणाऱ्यावरच सर्वच बाबतीत, अवलंबून रहायला लागते.

जे पुरुष कौटुंबिक छळाला बळी पडतात, त्यांत मानसिक छळाचा प्रकार जास्त प्रमाणात दिसून येतो. बायकोच्या सततच्या टोचून बोलण्याने, लोकांच्यात पाणउतारा करण्यामुळे त्यांची मानसिक अवस्था केविलवाणी होऊ शकते; असे पुरुष मग नैराश्य, मानसिक आजाराचे बळी होताना दिसतात.

विनिताला पुस्तकांची आवड म्हणून तिने ग्रंथपालनाचा अभ्यासक्रम केला. मध्यमवर्गीय घरातल्या विनिताला एका मोठ्या वाचनालयात नोकरी मिळाली तेव्हा तिला बुजल्यासारखे झाले; पण हळूहळू तिच्या हुशारीने ती तिथल्या सगळ्यांची लाडकी झाली. तिथेच तिची ओळख राजेशशी झाली. देखण्या, हुशार आणि एका मल्टिनॅशनल कंपनीत मोठ्या हुद्यावर काम करणाऱ्या राजेशच्या प्रेमात ती न पडली तरच नवल होते. ओळख झाल्यापासून सहा महिन्यांच्या आतच राजेशने तिला लग्नाचे विचारले. दोघांच्या आर्थिक स्तराचा विचार करून तिने नकार दिला; पण राजेशच्या हट्टामुळे त्यांचे लग्न झाले. एका बेडरूममधून ती अचानक भल्या मोठ्या बंगल्यात आली. तिला मोठ्या सोसायटीत वावरायची सवय नसल्याने लग्नानंतरच्या पहिल्या काळात ती त्याची छोटी मोठी मदत, सल्ला आनंदाने अमलात आणत असे. अगदी त्याने तिला सांगितले की, त्याच्यासारख्याच्या बायकोने वाचनालयातली फालतू नोकरी केलेली त्याला आवडणार नाही आणि त्याच्या 'स्टेटसला' ती शोभणारी नाही म्हणून तिने नोकरीपण सोडली. काही करण्यात लहानशी चूक झाली तरी तिच्या आर्थिक स्तराचा उल्लेख होत असे. तिने काय खावे, काय घालावे, कोणाशी बोलावे यावरही हळूहळू निर्बंध येऊ लागले. लोकांच्यात तिचा पाणउतारा करणे ही नेहमीचीच बाब झाली होती. त्याच्या मनासारखे काही झाले नाही की राजेश चिडून तिच्या अंगावर धावून येत असे. प्रसंगी तिला शिव्या द्यायलासुद्धा मागे पुढे पाहात नसे. कोणत्या कारणावरून तो चिडेल याचा नेम नसे. तिला तर त्याच्या घरी परतण्याचीही भीती वाटू लागली. शेवटी एक वेळ अशी आली की ती तिच्या स्वत:च्याच घरात बंदिवान बनली. तिच्या बहिणीने तिला समजावण्याचा आणि राजेशला तिने सोडून द्यावे असा अनेकदा सल्ला दिला. राजेश तिला शारीरिक मारहाण करत नसल्याने तिला घरच्या नातेवाईकांकडून वा समाजाकडून ना सहानुभूती मिळाली ना मदत. या अनुभवाने आणि आपले व मुलांचे या जगात काय आणि कसे होईल या काळजीत तिने २२ वर्षे तशीच घुसमटत काढली. राजेशमध्ये मात्र काहीही बदल नव्हता. आता तर मुलांनी काही चूक केली की तिलाच बोलणी बसत असत. अखेर मुलांमुळे ती पुन्हा एकदा

जगात मिसळू लागली. एका मैत्रिणीच्या सततच्या समजवण्याने आपण या काळात काय गमावले आहे याचे भान आल्यावर तिने समुपदेशकाची मदत घेतली. पण राजेशमध्ये कोणताही बदल होत नाही, हे पाहिल्यावर तिने अखेरीस घटस्फोटासाठी अर्ज केला. राजेशने खूप आदळआपट केली. तिला धमक्या दिल्या, तिला अनेकविध प्रकारची भीती घातली पण आता ती तिच्या मतावर ठाम होती. पहिले काही महिने एकटे रहाणे तिला खूप जड गेले. जेवायला काय करायचे इथपासून सकाळी कपडे काय घालायचे इथपर्यंत अनेक छोटे-मोठे निर्णय घेणे तिला अवघडच नाही तर अशक्य होऊ लागले. तिला नैराश्याने घेरले. वर्षभराच्या समुपदेशकाच्या उपचारांमुळे आणि तिच्या बहीण व मैत्रिणीच्या मदतीने आता कुठे ती जरासे स्वत:चे निर्णय घेऊ लागली आहे. ती तिचे अनुभव सांगताना म्हणते, ''अनेकदा भाजी आणायला गेल्यावर, 'काय पाहिजे' हे त्याने विचारल्यावर, मी भाजीवाल्यासमोर बावचळल्यासारखी उभी रहात असे. कारण राजेश व मुलांना काय आवडते हे मला माहीत होते पण मला स्वत:ला काय आवडते हेच मी विसरून गेले होते. आता मी हळूहळू माझ्याशी ओळख करून घेत आहे. भीती नक्कीच वाटते पण राजेश मला समजवायचा तशी मी टाकाऊ नाही हे कळले आहे. मी जवळच्याच एका वाचनालयात पार्टटाइम काम करते आणि फावल्यावेळात एका स्वयंसेवी संस्थेत माझ्यासारख्याच स्त्रियांना मदत करायला जाते. माझीही कुणाला जरूर आहे आणि माणूस म्हणून मी महत्त्वाची आहे, ही जाणीवच महत्त्वाची आहे.''

मानसिक छळाचे काही ठळक प्रकार –

१. अवाजवी अपेक्षा किंवा मागण्या :

तुमच्याकडून अनेक अवाजवी अपेक्षा केल्या जातात, पुरुषाला सर्वाधिकार असावेत अशी अपेक्षा असते.

- पहिल्यांदा स्त्रीला आपल्या जोडीदाराला, माझ्याशिवाय करमत नाही ही भावना सुखाची वाटते ; पण नंतर त्याचाच जाच होऊ लागतो. अनेकदा पुरुषाचा असा स्वभाव नात्याच्या सुरुवातीलाच लक्षात येऊ शकतो. प्रेमाच्या किंवा लग्न झालेल्या पहिल्या काळात या मागण्यांची सुरुवात व्हायला लागते.
- तुम्ही कितीही दिले तरीही ते कधीही पुरेसे नसते, हे जाणवू लागते.
- लहानसहान गोष्टींवरून टीका केली जाते आणि समोरच्याच्या अपेक्षांची पूर्तता न केल्याने हेटाळणीला सामोरे जावे लागते.

२. आक्रमकता :

❑ सतत नावे ठेवणे, आरोप करणे, दोष काढणे, धमकी देणे, सूचना करणे यांचा समावेश होतो. पुरुष यात जणुकाही एखाद्या न्यायाधीशाची भूमिका घेऊन स्त्रीने काय करायचे याचे निर्णय घेतो. साधारणत: पालक-मूल अशी भूमिका जोडीदारांत निर्माण होते, (म्हणजे समानतेचे अपेक्षित असणारे नाते दिसत नाही.)

❑ आपली आक्रमकता छुप्यारीतीने दुसऱ्यावर लादली जाते. मदत, सूचना, नावं ठेवणे, दिशा दाखवणे असा खरा हेतू नसून आपलेच म्हणणे कसे खरे आहे, हे पटवून द्यायचा मार्ग असू शकतो. 'लर्नड हेल्पलेसनेस' अशी स्थिती अशाप्रकारच्या छळातून होऊ शकते.

३. सततचा गोंधळ :

❑ कारण नसताना वाद घालणे वा भांडणाला सुरुवात करणे.

❑ भांडणाची आणि त्यातून निर्माण होणाऱ्या नाट्याची आवड लागणे.

४. नाकारणे :

❑ स्त्रीला जेव्हा मानसिक गरज असेल तेव्हा तिच्या गरजा नाकारणे वा त्याबद्दल उलट तिला शिक्षा करणे.

❑ आपण एखादी गोष्ट बोललो होतो हे नाकारणे, ''मी असं म्हणालोच नाही'', किंवा ''तू जे बोलते आहेस ते मला माहितीच नाही'' अशी भूमिका घेणे.

❑ भावनांना रोखणे हा नकाराचाच एक प्रकार आहे. यात न बोलणे, उत्तर न देणे, ऐकून न घेणे, शिक्षा म्हणून थंड प्रतिसाद देणे अशा गोष्टींचा समावेश होतो.

❑ अशा नाकारण्यामुळे स्त्रीचा स्वाभिमान तर कमी होतोच पण ती स्वतःची मतं, आवडी, अनुभव याविषयी शंका घेऊ लागते, स्वतःचे मन गमावून बसण्याचा धोका असतो.

५. हक्क गाजवणे :

❑ स्त्रीच्या प्रत्येक कृतीवर पुरुषाची बारीक नजर असते. त्याच्या मनासारखे वागावे म्हणून धमकीचाही वापर केला जातो.

- स्त्री एखाद्याला अवाजवी हक्क गाजवू देते तेव्हा तिचे स्वत:चे मत गमावण्याचा धोका असतो.

६. भावनिक आवाहन :

- स्त्रीच्या मतांचा तिच्या मनाविरुद्ध स्वत:च्या फायद्यासाठी 'उपयोग' करून घेणे.
- नातं तोडण्याची, घर सोडण्याची धमकी देणे, स्त्रीच्या मनातील भीतीचा 'वापर' करून तिला आपल्या मनासारखे वागायला भाग पाडणे.
- आत्महत्येची धमकी किंवा जीव घेण्याची भीती घालणे.

७. शाब्दिक मार :

- शिव्या देणे, धमकावणे, आरडाओरडा करणे.
- विनाकारण, सततची टीका करणे, उपहास आणि अपमान करणे.
- स्त्रीच्या चुका वाढवून सांगणे, तिची दुसऱ्यांसमोर चेष्टा वा पाणउतारा करणे, काही दिवसांनी यामुळे स्त्रीच्या अभिमानाला आणि तिच्या स्वत:च्या मनातल्या प्रतिमेला ठेच पोहोचते.

एक साधीशी चाचणी– स्वत:ला ओळखण्यासाठी!

तुमचा मानसिक छळ होतो आहे का? हे तपासण्यासाठी खालील प्रश्नांची हो/नाही अशी उत्तरे द्या–

१. तुमच्या नात्यात काहीतरी कमी आहे, पण काय, ते तुम्ही नक्की सांगू शकत नाही?

२. तुमचा जोडीदार तुमच्यावर नियंत्रण ठेवतो का?

३. तुमच्या मताला आणि भावनांना तुमचा जोडीदार कमी लेखतो का?

४. तुमचा जोडीदार आपले मत खरे करण्यासाठी किंवा भांडण जिंकण्यासाठी तुमचा पाणउतारा करतो का? हे लोकांसमोर घडते का?

५. तुम्ही परक्या माणसाशी बोललात तर तुमच्या जोडीदाराला मत्सर वाटतो का? तुमचे बाहेर कोणाशीतरी सूत आहे असा आरोप तो करतो का?

६. आपण आपल्या जोडीदाराच्या मनासारखे कधीच वागत नाही अशी खंत तुमच्या मनाला बोचते का? आपण मूर्ख आहोत आणि आपल्याला

कुठलीही गोष्ट करताच येऊ शकणार नाही, ही भावना सतत मनात असते का?

७. दुसऱ्या कोणालाही तुमच्यात रस असूच शकणार नाही आणि तुमचे नशीब चांगले म्हणून तुमचा जोडीदार तुमच्याशी जुळवून घेतो हे सतत तुमच्या मनावर बिंबवले जाते का?

८. तुमच्या वेळेचा आणि पैशांचा तुम्हाला संपूर्ण हिशेब द्यावा लागतो का? तुम्ही बाहेर गेल्यावर तुम्ही कुठे आहात हे पाहायला तुमच्या जोडीदाराचा अनेकदा फोन येतो का?

९. तुम्हा दोघांच्या भांडणात तुमच्या मुलांचा तुमच्याविरुद्ध 'उपयोग' केला जातो का?

१०. घडलेल्या प्रत्येक वाईट घटनेबद्दल तुम्हालाच जबाबदार ठरवले जाते का?

वरीलपैकी तीनपेक्षा जास्त प्रश्नांचं उत्तर 'हो' असेल तर तुम्हाला आपले नाते नीट तपासून पाहायला हवे. तुमचे नाते सुधारण्यासाठी समुपदेशकाची मदत घेऊ शकता. आपल्या जवळच्या मित्रमैत्रिणी, नातेवाइकांशी बोलून त्यांना तुमच्या नात्याबद्दल काय वाटते याचाही कानोसा घ्या. कारण अनेकदा त्यांच्याकडून तुम्हाला खरी माहिती मिळू शकते.

लक्षात ठेवा :

मानसिक छळ हा शारीरिक छळाइतकाच किंबहुना त्यापेक्षाही जास्तच भयानक प्रकार आहे. मानसिक माराच्या जखमा शरीरावर दिसल्या नाहीत तरी त्या खोलवर भिनलेल्या असतात आणि त्यांचा परिणामही दीर्घकाळ दिसून येतो.

अशा नात्यांचा परिणाम मुलांच्या मनावरदेखील होत असतो. तेव्हा वेळीच मदत मागा!

प्रकरण

५

शारीरिक अत्याचार

मायाने आपल्या १८ वर्षांच्या संसारात आपल्या नवऱ्याला सोडण्याचा प्रयत्न अनेकवेळा केला होता पण जेव्हा तिने खरेच हे पाऊल उचलले तेव्हा तिच्या मैत्रिणी, नातेवाइकांना आश्चर्य वाटले. कारण तिचा नवरा रमेश तिला मारत होता हेच कोणाला खरे वाटत नव्हते. याचे कारण मायाने सतत नवऱ्याला पाठीशी घालण्याचा, वाचवण्याचा प्रयत्न केला होता. मिळालेल्या माराचे व्रण कोणाला दिसले तर त्याचे स्पष्टीकरण देताना ती कायम 'मी पडले' किंवा 'मला कसला तरी धक्का लागला' असेच सांगत असे; पण कालांतराने नवऱ्याबद्दल सांगताना ती म्हणाली,' मला माझी परिस्थिती लपवण्याची इतकी सवय झाली होती की हे लपवून आपण काही वेगळे वागतोय ही भावनाच माझ्या मनात नव्हती. माझा नवरा मला सतत सांगायचा की मी त्याच्याशिवाय राहूच शकणार नाही, मला जगात कसं वागायचं याचं डोकं नाही आणि जर मी त्याला सोडून जायचा प्रयत्न केला तर तो मला आणि मुलांना ठार मारेल. सततच हे मनावर बिंबवले गेल्याने मीही त्याच्या सांगण्यावर विश्वास ठेवला. मनाने तर मी पूर्णपणे मृतवत झाले होते. नंतरच्या काळात रमेश मला मारण्यात इतका तरबेज झाला की उघड्या न दिसणाऱ्या अंगावर तो मारू लागला. ऑफिसमध्ये कामाचा ताण असेल म्हणून तो मारत असेल अशी मी स्वत:ला सफाई एकेकाळी देत असे. पण पुढे त्याच्या माराला, त्याला मी हात पुसायला ठेवलेल्या टॉवेलचा रंग किंवा घातलेली घडी आवडली नाही असले फुटकळ कारणही पुरत असे. समाजात वावरताना मात्र तो एकदम वेगळा होता. यशस्वी जोडपे, अगदी 'मेड फॉर ईच अदर' असे आमच्याबद्दल

म्हटले जायचे. मी माझ्या जवळच्या मैत्रिणींना सांगायचा काहीवेळा प्रयत्न केला पण त्यांचा माझ्यावर विश्वास बसणार नाही असे वाटल्याने आणि त्यांची सहानुभूती मला नको असल्याने मी कधी स्पष्ट सांगितलं नाही.

''माझे आई-वडील म्हातारे असल्याने त्यांना माझ्याविषयी त्रास नको म्हणून मी इतकी वर्षे त्यांना विश्वासात घेतले नाही. बहिणीने माझ्या बोलण्यावर विश्वास ठेवला नाही, त्यामुळे आई–वडिलांना सांगितल्यावर तेही या गोष्टीवर विश्वास ठेवतील अशी खात्री नव्हती. मुलं झाल्यावर तर माझं मार खाणं हे आमच्या दोघातलं गुपितच झालं होतं; पण एकदा रमेश मला मारताना माझ्या मुलाने बघितलं आणि साहजिकच तो मला सोडवायला आला; पण रमेशने त्यालाही मारलं. या घटनेनंतर मात्र मी घरातून बाहेर पडायचं ठरवलं. माझ्या मुलांना विश्वासात घेतलं, पण प्रत्यक्ष कृती करणं खूप अवघड होतं. रमेशने खूप त्रास दिला. त्याचे कुटुंब शहरातले प्रतिष्ठित असल्याने अनेक वकिलांनी माझी केस घ्यायला नकार दिला. मला ठार मारण्यासंबंधी रमेशने मला बऱ्याच वेळा धमकावलं आहे. तो ती धमकी कदाचित खरीही करेल. पण सध्या मी त्याच्यावर विचार न करता एका ठिकाणी काम करते आहे.

मला वाटायचं माझ्या मारहाणीबद्दल मुलांना काही माहीत नाही; पण आता त्यांच्याशी बोलताना जाणवलं की, मुलांना अनेक गोष्टींची कल्पना होती. आता आमच्याजवळ पैसे कमी आहेत पण मी आणि माझी मुलं आज मोकळेपणाने श्वास घेऊ शकतो.''

आपल्या हिंसाचारी जोडीदाराबरोबर आयुष्य काढणाऱ्या मायासारख्या अनेक स्त्रिया आज आपल्या समाजात आहेत.

ज्या बायकांचा छळ होतो त्या अशा परिस्थितीत रहातातच कशाला? किंवा त्या सरळ घर सोडून का नाही जात? अशा अनेकांना पडणाऱ्या प्रश्नांचा सूर कळत नकळत त्या घरगुती छळाला बळी पडणाऱ्या स्त्रीविरोधी असलेला जाणवतो. जणुकाही असा छळ सहन करणाऱ्या स्त्रियांचीच यात चूक असते वा त्या स्वत: या परिस्थितीतून बाहेर पडण्यासाठी काही करू इच्छित नसतात असा समज इतरांकडून पसरवला जातो. असा छळ निमूटपणे सोसणाऱ्या स्त्रीला स्वाभिमान नसणारच असा अनेकजण (गैर) समज करून घेतात. अशाप्रकाराला बळी पडणाऱ्या स्त्रीच्या मनोबलाविषयी प्रश्न उभे करणारी ही विचारधारणाच मुळात चुकीची आणि त्या बळी स्त्रीला कमी लेखणारी आहे.

छळ सोसणाऱ्या स्त्रीची घर न सोडण्याची अनेक गुंतागुंतीची कारणे असू शकतात, त्यामुळे प्रत्येक स्त्रीला हा छळ आवडतच असणार वा यात तिचाच दोष

असणार असा ठाम समज पसरवणे ही गोष्ट त्यांच्यावर परत अत्याचार करण्यासारखीच आहे.

काही घरांत स्त्रीने मार खाणे हे नेहमीचेच आणि गरजेचे आहे असे चित्र दिसून येते. त्याचे कारण म्हणे स्वत: त्या स्त्रीने आपल्या घरातल्या दुसऱ्या एखाद्या स्त्रीला मार खाताना बघितले आहे, अशाच कुटुंबात ती मोठी झालेली दिसून येते. त्यांना यापेक्षा नात्यात काही वेगळं असतं या परिस्थितीची जाणीव नसते आणि त्याही याप्रकारच्या हिंसाचाराची किंवा माराची प्रतीक्षा करताना दिसतात. (त्यांच्या दृष्टीने नवरा–बायकोचे नाते असेच असते वा याचप्रकारे नवरा प्रेम दाखवतो अशी मानसिक धारणा असते) त्यांना या प्रकारची स्थिती वेगळी वाटत नाही तर हिंसाचाराची प्रतीक्षा करणे त्यांच्यासाठी प्रत्यक्ष मारापेक्षा कठीण असते. भविष्यात कधी एकदा मार, लाथा, चटके, बुक्के मिळतील याची प्रतीक्षा त्यांच्यात जास्त अस्वस्थता निर्माण करते. मार खाल्ला की एकदाचे सुटलो, ही भावना या स्त्रियांच्यात प्रबळ असते. अनेकदा अशा छळातून सुटका करून घेणेही या स्त्रियांसाठी अवघड असते. त्या जर आर्थिकदृष्ट्याही नवऱ्यावर अवलंबून असतील तर त्यांची परिस्थिती अजूनच बिकट असते. त्यांच्या मनात भीती, लाज, घृणा, अपराधीपणा अशा अनेक भावनांची सरमिसळ झालेली असते. काही स्त्रियांसाठी त्यांचे स्वत:चे घरच त्यांचा तुरुंग बनतो.

स्त्रीच्या मनाचे आणि स्वाभिमानाचे खच्चीकरण करण्याकरता आणि तिला आपल्या अधिपत्याखाली आणण्यासाठी पुरुष साधारणत: भय आणि हिंसा यांचा उपयोग करताना दिसतो.

अनेकदा ती स्त्री आपल्यावर होणारा अत्याचार सहन न झाल्याने आणि परत आपल्यावर अत्याचार होऊ नये म्हणून आपल्यावर अत्याचार करणाऱ्या पुरुषाच्या मनासारखे वागायला लागते, त्याच्याकडून मिळणाऱ्या जराशा प्रेमासाठी ती त्याला हवे तसे वागते, तिला स्वत:चे अस्तित्वच रहात नाही. तो कसाही वागला तरी तो माझ्यावर प्रेम करतो, त्याच्या अशा वागण्याला मीच जबाबदार आहे असे स्वत:च्या वागण्याचे समर्थन करणाऱ्या स्त्रिया दिसतात आणि त्यांच्या अशा वागण्याचे इतरांना आश्चर्य वाटते. पण आपल्यावर अत्याचार करणाऱ्याबरोबर मानसिक बंध जोडणे हे एक प्रकारचे स्वत:ला जिवंत ठेवण्याचा, जगण्यासाठी केलेला डावपेच असतो. अशाप्रकारच्या वागण्याला स्टॉकहोम सिंड्रोम असे संबोधले जाते.

प्रत्येक सिंड्रोममध्ये काही समान कारणे आणि लक्षणे असतात. स्टॉकहोम सिंड्रोममधेही तसेच आहे. संशोधकांमधील विविध विचारप्रणालींमुळे लक्षणांची यादी अशी नाही पण खालीलपैकी अनेक लक्षणे स्त्रीच्या वागण्यात दिसतात.

- आपल्यावर अत्याचार करणाऱ्याबद्दल अनुकूल भावना असणे.
- मदत करण्याचा प्रयत्न करणाऱ्या इतर कुटुंबीय, मित्र मैत्रिणींबद्दल प्रतिकूल भावना.
- अत्याचार करणाऱ्याच्या कृतीचे वा कारणांचे समर्थन.
- अत्याचार करणाऱ्याच्याबाबत सहानुभूतीचे आणि त्याला आधार देणारे वर्तन.
- आपल्या परिस्थितीतून सुटण्यासाठी किंवा अत्याचार करणाऱ्याला सोडून जायचा विचार वा वर्तन न करणे.

अर्थात, या प्रकारचे वर्तन सर्वच प्रकारच्या अत्याचारांत वा हिंसेत दिसून येत नाही. मात्र जेथे स्त्रीला मानसिक व शारीरिक धोका असतो अशा अनेक नात्यांत या प्रकारचे वर्तन दिसून येते. मात्र, इतरांना स्त्री या प्रकारचे नाते का तोडत नाही वा ती ते घर का सोडून देत नाही असा प्रश्न पडतो.

स्त्री घर सोडण्याचा निर्णय पटकन् न घेऊ शकण्यामागे काही कारणे असू शकतात, जसे –

- आपला छळ करणारा जो जिवे मारण्याची धमकी देतो, ती तो खरी करेल अशी भीती वाटणे.
- इतर कुटुंबीय व मित्रपरिवाराचा पाठिंबा नसणे.
- मुलांचा सांभाळ एकटीने करण्यासाठी गाठीशी पुरेसा पैसा नसणे.
- हिंसाचाराच्या प्रत्येक उद्रेकानंतर येणारे शांतीचे व प्रेमाचे वातावरण आणि त्यामुळे परिस्थितीत बदल होत आहे अशी खोटी समजूत होणे.
- स्वत:च्या नावावर स्थावर मालमत्ता नसणे.
- दररोजच्या खर्चासाठी नवऱ्यावर अवलंबून असणे.
- मुलांचा ताबा जाईल अशी सुप्त भीती.
- रहाणीमानातल्या बदलाची भीती.
- पोलिस व समाजातील इतर घटकांची मानसिकता.
- हिंसा थांबवण्यापेक्षा कुटुंब वाचवण्याकडे असलेली सामाजिक मनोधारणा.
- अशा घटनांकडे केवळ घरगुती भांडण म्हणून बघण्याचा पोलिसांचा दृष्टिकोन.
- न्यायसंस्थादेखील हिंसाचारी पुरुषाला फारशी मोठी शिक्षा देताना आढळत नाहीत.
- घर सोडलेल्या स्त्रीला सुरक्षिततेची हमी नसणे.

- पारंपरिक विचारसरणी असणे.
- घटस्फोटावर विश्वास नसणे.
- कसेही झाले तरी मुलांना वडिलांची जरुरी असते, अशी स्त्रीची विचारसरणी असणे.
- संसार यशस्वी करणे केवळ स्त्रीच्या हातात असते असेच लहानपणापासून तिच्या मनावर बिंबवले जाते. नवरा मिळणे आणि त्याला सांभाळणे यांतच तिचे स्त्रीत्व आहे असा गैरसमज असणे.
- अनेकजणींचे नवरे त्यांच्यावर वर्चस्व दाखवण्यासाठी वा छळ लपविण्याकरता स्त्रीला तिच्या कुटुंबापासून व समाजापासून जाणीवपूर्वक दूर ठेवतात.

स्त्रिया आपल्या जोडीदाराच्या वर्तनाचे समर्थन करतात, त्या पुरुषाच्या हिंसाचारी वागण्याचे खापर, त्याच्या कामाचा ताण, पैशांची वानवा, व्यसन यावर फोडतात.

अशाप्रकारच्या नात्यातले पुरुष आणि स्त्री हे वेगवेगळ्या कारणांसाठी एकमेकांवर अवलंबून असतात. आपला आपल्या जगण्यावर ताबा आहे अशी स्त्रीची खोटी समजूत असते. ही परिस्थिती काही गोष्टींमुळे आपण कधीही बदलू शकतो, वा जोडीदाराला बदलू शकतो असे तिला वाटत असते, पण त्यातला फोलपणा तिला जाणवत नाही तर पुरुषाला आपला हक्क गाजवण्यासाठी आणि आपले वर्चस्व दाखवण्यासाठी जोडीदाराची गरज असते.

घर सोडण्यासाठी तिला रहाण्याची जागा, स्वत:चे पैसे वा नोकरी, मुलांसाठी पाळणाघराची सोय यांची गरज तिला असते.

स्त्रीची घर न सोडण्याच्या कारणांची यादी मोठी असली तरीही सहनशक्तीचा अंत झाला की, अनेकजणी घर सोडतात. घर सोडल्यावर स्त्रियांना कष्टप्रद काळ घालवावा लागतो; पण या विषयावर झालेले संशोधन असे दर्शवते की, या स्त्रिया आपले वेगळे आयुष्य नक्कीच यशस्वी करू शकतात. केवळ तडजोड म्हणून हिंसाचारी नात्यात राहणाऱ्या स्त्रीच्या मुलांनादेखील अनेक त्रासाला, मारहाणीला सामोरे जावे लागते आणि त्याचा त्यांच्या मानसिकतेवर परिणाम होतो. बायकोला मारहाण करणाऱ्या अनेक पुरुषांनी आपल्या लहानपणी आपल्या वडिलांकडून आईचा मानसिक, शारीरिक छळ होताना पाहिलेला होता असे दिसून आले आहे. त्यामुळे मुलांसाठी अशा नात्यात रहाणाऱ्या स्त्रीने या बाबीचाही विचार करणे जरुरी आहे.

घर आणि असे हिंसाचारी नाते सोडण्यासाठी त्यांना जरुरी असते ते योग्य नियोजन आणि आपल्या हक्कांची जाणीव. याच दोन गोष्टी स्त्रीला आत्मनिर्भर करतात.

प्रकरण

६

घरोघरी मातीच्याच चुली

किरणजीत अहुवालिया ही साधीसुधी विवाहित पंजाबी स्त्री 'प्रव्होक्ड' या सिनेमामुळे चर्चेत आली. तिने या प्रसिद्धी (?) साठी केलं काय तर तिचा अनन्वित छळ मांडलेल्या नवऱ्याच्या अंगावर ज्वालाग्राही पदार्थ टाकून त्याला मारले.

तिची कहाणी चारचौघींसारखीच! उच्च मध्यमवर्गीय कुटुंबात जन्मलेल्या किरणजीतची जबाबदारी तिच्या आई-वडिलांच्या मृत्यूनंतर तिच्या भावंडांवर येऊन पडली. त्यांनी तिचं लग्न लवकरच लंडनस्थित कुटुंबात करून टाकलं. मनाशी अनेक स्वप्नं घेऊन किरणजीत नवऱ्याबरोबर लंडनला आली; पण अवघ्या दोन दिवसांतच तिला नवऱ्याची दुसरी हिंसाचारी बाजू दिसून आली; तिचा शारीरिक छळ सुरू झालाच पण दिवसागणिक त्यात लैंगिक आणि मानसिक छळाची भर पडत गेली. अंगावर सिगारेटचे चटके आणि तिच्या इच्छेविरुद्ध बळजबरीने शारीरिक संबंध ठेवणे या नेहमीच्याच गोष्टी झाल्या होत्या. तिला साधी कॉफी प्यायची किंवा घराबाहेर पडण्याचीही परवानगी नव्हती आणि असे लग्नानंतर अनेक वर्षे चालू होते. दहा वर्षांच्या काळात ती दोन मुलांची आई झाली. आता तिच्या बरोबरीने मुलांचाही छळ चालू झाला. मधल्या काळात तिने नातलग, फॅमिली डॉक्टर आणि नंतर पोलिस या सगळ्यांकडे मदत मागितली. 'लग्नानंतर थोडा त्रास होणारच आणि बाईने तो निमूटपणे सहन केला पाहिजे' असे घरच्च्यांचे मत तर तिला मिळणारा मार ही वेगळी गोष्ट नाही असे डॉक्टर आणि पोलिसांचे म्हणणे. यातच किरणजीतने

दोन–तीन वेळा नवऱ्याला सोडून जायचाही प्रयत्न करून पाहिला; पण बाहेर कोणत्याही प्रकारची मदत न मिळाल्यामुळे तिला नवऱ्याकडे परत यावं लागलं. शेवटी एक दिवस मार खाल्ल्यावर ती इतकी वैतागली की, नवऱ्याला तिच्या मारहाणीच्या त्रासाची थोडीतरी जाणीव व्हावी म्हणून तिने त्याच्या पायावर ज्वालाग्रही पदार्थ टाकून त्याचे पाय पेटवून दिले.

पण या घटनेत तिच्या नवऱ्याचा मृत्यू झाला. कोर्टात पोलिस आणि सरकारी पक्षाचे म्हणणे असे पडले की, किरणजीतला ज्या प्रकारचा छळ सहन करावा लागला तो फारसा गंभीर स्वरूपाचा नव्हता. या गुन्ह्याकरता किरणजीतला १० वर्षांची सक्तमजुरीची शिक्षा झाली. या निर्णयावर इंग्लंडमध्ये फार गदारोळ माजला. 'ब्लॅक सिस्टरहुड' या सेवाभावी संस्थेने या निर्णयाविरुद्ध अपील करण्याकरिता किरणजीतला सर्वतोपरीने सहकार्य केले. या अपिलादरम्यान पूर्वी उजेडात न आलेल्या अनेक गोष्टी बाहेर आल्या. शेवटी ३ वर्षांची शिक्षा भोगून किरणजीतची सुटका झाली. हे केवळ एक प्रातिनिधिक उदाहरण; पण किरणजीतसारख्या अनेक स्त्रिया आपल्या देशात आणि जगभर सर्वत्र आहेत; अशा स्त्रियांनी स्वत:चा होणारा छळ सहन न झाल्याने, वा मुलांचा व स्वत:चा जीव वाचवण्यासाठी असह्य छळामुळे येणाऱ्या नैराश्यापोटी आपल्या नवऱ्याचा किंवा जोडीदाराचा जीव घेतला आहे.

पण अशी टोकाची भूमिका घेणाऱ्या स्त्रियांची संख्या खूप कमी आहे. अनेकजणी 'आपल्या नशिबाचे भोग' असा विचार करून आयुष्यभर आपला होणारा छळ सहन करत रहातात.

कौटुंबिक छळाची अनेक धोकादायक लक्षणे आहेत. बहुतेक स्त्रिया लाजेमुळे आपल्याला होणाऱ्या त्रासाबद्दल घरच्यांना, नातेवाइकांना आपल्याला सहन कराव्या लागणाऱ्या छळाबद्दल सांगण्याचे टाळत असतात आणि निमूटपणे जगत असतात.

पण नातेवाईक, मित्र मैत्रिणींनी जरा लक्ष दिले तर त्या स्त्रीला आपले मन उ घडणे सहज शक्य होऊ शकते. यासाठी छळाचे बळी असलेल्या स्त्रीत काही समान लक्षणे दिसून येतात. सर्वसाधारण केसेसमध्ये सगळी लक्षणे सापडतील असे नाही आणि यांतील एखादेच लक्षण दिसत असेल तर अधिक काळजी करण्याचे कारण नाही. या लक्षणांचा आपण विचार करूच पण तत्पूर्वी अशा छळाला जी बाई बळी पडते तिची वागणूक किंवा देहबोली (body language) कशी असते हे आपण बघू या.

अशी स्त्री-

- स्वत:च्या राहणीमानाबाबत अलिप्त असते.
- समाजात भाग घेऊनही ती एकटी असते आणि दुसऱ्यांवर विश्वास ठेवण्यास असमर्थता दाखवते.
- भावनिकदृष्ट्या आणि आर्थिकदृष्ट्या ती परावलंबी असते.
- स्वत:बद्दल तिच्या मनात न्यूनतेची भावना असते, वास्तविक या नात्याअगोदर तिचे व्यक्तिमत्त्व पूर्णपणे वेगळे असते.
- तिने पूर्वी कौटुंबिक नात्यातल्या स्त्रीला कौटुंबिक छळाला बळी पडलेले पाहिलेले असते अथवा लहानपणी ती स्वत: अशाप्रकारच्या छळाची शिकार झालेली असते.
- सतत रागावलेली (स्वत:वर, जगावर अगदी मुलांवरसुद्धा लहान सहान गोष्टींवरून रागावते), भयाने वा लाजेने पछाडलेली असते.
- आपल्याला काही तरी मानसिक आजार झाला आहे अशी सततची भावना तिला असते.
- तिची स्वत:ला दुबळे समजण्याची मानसिकता बनलेली असते आणि त्यामुळे आत्मविश्वासाचा पूर्ण अभाव दिसतो.
- कोणत्याही कारणाशिवाय अंगावर अनेक जखमा असतात त्याचे ती योग्य स्पष्टीकरण वा निवारण करू शकत नाही.

आपल्याजवळच्या एखाद्या मैत्रीण, नातेवाईक, ओळखीच्या, शेजारच्या स्त्रीमध्ये यापैकी दोनांपेक्षा जास्त लक्षणे दिसत असल्यास त्यांना मानसिक बळ देणे हे आपल्या सगळ्यांचे सामाजिक कर्तव्य आहे.

एखादा पुरुष अत्याचारी का बनतो हासुद्धा अभ्यास करण्यासारखा विषय आहे कारण हे पुरुष केवळ कुठल्या तरी एका सामाजिक, आर्थिक किंवा शैक्षणिक स्तराचे प्रतिनिधी नसतात. म्हणूनच झोपडपट्टीत रहाणाऱ्या पुरुषापासून ते उच्चभ्रू समाजातील कुटुंबातील पुरुषही आपल्या घरातील बायकांचा छळ करताना दिसतात.

यांतील प्रत्येक घरातले वातावरण वेगवेगळे असते तर त्यांचे बालपणही वेगळ्या स्तरावर गेलेले असते तरी हे मग हे पुरुष छळ करायला का प्रवृत्त होतात?

अनेकदा पुरुष कामाचा ताण, आत्मविश्वासाचा अभाव अशी कारणे देत आपल्या वागण्याचे समर्थन करताना दिसतात. आजही जगभरात स्त्रीमुक्तीचळवळ झाली तरीही, स्वातंत्र्य असूनही पूर्णपणे पुरुषांच्या बरोबरीचे स्थान मिळालेले नाही.

अनेक मोठ्या कंपन्यांमध्ये स्त्रियांना मिळणारा पगार पुरुषांपेक्षा कमी असतो. अनेक खेळांच्या स्पर्धांत बक्षिसाची रक्कम पुरुषांसाठी दुप्पट असते.

अनेकदा अशा प्रकारच्या छळांच्या बळी असलेल्या स्त्रिया एकेकाळी स्वतंत्र विचारांच्या होत्या, हेच त्यांच्याकडे पाहून खरे वाटत नाही. त्यांच्याशी बोलल्यावर त्या आपल्या स्थितीचे वर्णन करताना आपण तेव्हा बधिर झालो होतो (numb feeling, unable to feel anything as they feel detached), हे आपल्या बाबतीत होत आहे यावर विश्वास नव्हता असे करतात. अनेकजणी तर आपली या परिस्थितीतून सुटका होईल ही आशाच सोडून देतात.

स्वत:भोवती त्या अशा तऱ्हेने भावनिक भिंती उभ्या करतात की ज्यामुळे त्यांना हा छळ आपला नसून दुसऱ्याच कुणातरी व्यक्तीचा आहे किंवा हे सर्व आपल्या बाबतीत वास्तवात घडत नसून आपण हे सर्व टीव्हीवर पहातो आहोत, असा मानसिक समज करून घेतात. हे एक प्रकारचे जगण्यासाठी केलेले प्रयत्न असतात. परिस्थितीशी जुळवून घेण्याचा केविलवाणा प्रयत्न असतो. पण या अलिप्ततेमुळे त्या स्वत:ला एकप्रकारे मानसिकरीत्या जगापासून कोंडून घेत असतात.

आपण जर आपल्या वागण्यात नवऱ्याला हवा तसा बदल केला तर आपला छळ होणार नाही असे त्यांना वाटू लागते. काहीवेळा तर जणुकाही ही आपलीच चूक आहे आणि आपल्यात सुधारणा होण्यासाठी म्हणूनच केवळ नाइलाजाने नवरा आपल्याला मारतो, असा त्यांचा समज बनायला लागतो.

त्याला बाहेरची टेन्शन्स आहेत, त्यांना मी शोभेशी नाही, त्यांना खूप त्रास होतो अशा प्रकारची कारणे देऊन काही वेळा बायका आपल्या नवऱ्याच्या वर्तनाचे समर्थनपण करतात.

अंजलीचे असेच काहीसे झालेले आहे. कामावर ताण जास्त झाला की, नवरा तिच्यावर हात उगारतो. वर त्याला असं मारहाण करण्याची मुळीच इच्छा नसते, उलट अंजली त्याला आणि त्याच्या ताणाला समजावून घेत नाही अणि त्यामुळे त्याला अशा प्रकारचे वर्तन करावे लागते, असे समर्थनही देतो. खरे तर अंजली तिच्या मानसिकतेच्या अगदी विरुद्ध असे वागते कारण ती स्त्रियांसाठी काम करणाऱ्या एका सेवाभावी संस्थेत काम करते. या प्रकारची उदाहरणे तिच्या संस्थेत अनेकदा येत असतात आणि त्यांना धीर द्यायचे, त्यांच्या परिस्थितीतून सोडवायचे काम ती करते. यामुळे नवऱ्याचा परिपाठ तिला पाठ आहे. मारहाणीच्या दुसऱ्या दिवशी तिचा नवरा रडून भेकून तिची माफी मागतो. परत असे होणार नाही याची

हमी देतो. काही महिने ठीक जातात, परत मार खायची वेळ येतेच. दुसऱ्या दिवशी रडणारा नवरा तिला एखाद्या लहान मुलासारखा वाटतो. आपण आपल्या अनुभवाने त्याला सुधारू शकू, असा व्यर्थ गैरसमज आहे आणि मनात कुठेतरी आपल्यासारख्या स्त्रीला अशी मारहाण होऊ शकते याबद्दलची लाजदेखील आहे. लोक काय म्हणतील व कुठल्या तोंडाने आपण आपल्याच संस्थेकडे मदत मागू अशी भीती वाटते. वर्षानुवर्षे न्यायालयात प्रविष्ट प्रकरणे पाहिली की तिथेही आपल्याला लवकर न्याय मिळणार नाही, म्हणून ती अजूनही नवऱ्याचा मार खात आहे.

अत्याचारी पुरुषाचीही काही धोकादायक लक्षणे आहेत. अर्थात सगळ्यात ही सर्व लक्षणे दिसून येतात असे नाही.

- असा पुरुष अत्यंत मत्सरी भावनेने पछाडलेला असतो आणि तो बायकोला सतत एकटे पाडतो (नातेवाईकांत, मित्रमैत्रिणीत त्याच्याशिवाय तिला एकटीला जायची परवानगी नसते, ती कोणाबरोबर बोलत असेल तर तो लगेचच तिथे पोहोचतो. लोकांना मात्र त्याचे तिच्यावर खूप प्रेम आहे, असा गैरसमज निर्माण होतो.)

- ताण सहन करण्याची त्याची क्षमता कमी असते आणि स्वतःच्या भावनांना तो आवर घालू शकत नाही. (अर्थात बाहेरच्यांना ही बाजू न दिसण्याची शक्यताच जास्त असते.)

- त्याच्या मनात न्यूनगंडाची भावना असते आणि स्वतःच्या प्रश्नांबद्दल कायम दुसऱ्यांना दोष घ्यायची सवय असते. (कशातही आपली चूक आहे, असे या व्यक्तींना वाटत नाही.)

- स्वभावात टोकाचे मानसिक चढ-उतार असतात. (काही वेळा मनात असेल तर भरपूर भेटी आणणारा तो पाण्याचा ग्लास नीट ठेवला नाही म्हणून एकदम अंगावर धावून येऊ शकतो वा मारहाण करू शकतो.)

- त्याच्या स्वतःच्या घरात कौटुंबिक छळाचा इतिहास असू शकतो किंवा घरात वडिलांकडून आईचा छळ होताना पाहिलेले असते.

- स्त्रियांशी वागताना कायम दुय्यम दर्जाची भावना असते, तर पुरुषांविषयी अवास्तव मोठेपणाच्या भावना असतात.

- मद्य वा इतर मादकपदार्थांचं व्यसन.

- बेकारी.

- प्राण्यांशी वाईट वागणूक अथवा असमर्थनीय वर्तन.

अर्थात, यातील कोणतीही कारणे पुरुषाच्या अत्याचारी वागणुकीचे समर्थन करू शकत नाहीत. किरणजीत अहलुवालियासारखी टोकाची भूमिका घेणाऱ्या स्त्रिया फारच थोड्या असतात. या प्रकारच्या कृत्याचे समर्थन करणारेदेखील फार नाहीत; पण समाज, नातेवाईक, डॉक्टर, पोलिस आणि न्यायसंस्था यांच्याकडून तिला वेळेवर मदत मिळू शकली नाही म्हणून केवळ नाईलाजाने आपला स्वत:चा जीव वाचविण्यासाठी तिला असे पाऊल उचलायला लागले.

आपल्या आजूबाजूला अशाप्रकारच्या स्त्रिया, पुरुष नेहमी दिसतात; पण केवळ आपला संबंध नाही किंवा हा त्यांचा कौटुंबिक मामला आहे, असे मनाला पटवून आपल्यातले अनेकजण अशा कौटुंबिक छळाच्या घटनांकडे दुर्लक्ष करतात.

भारत काय किंवा अमेरिकेसारखा देश काय, अशा सर्व ठिकाणी स्त्रियांवर दररोज अत्याचार होतच असतात.

एखादी स्त्री शारीरिक छळाची बळी असते जर तिच्या जोडीदाराने कधी खालील गोष्टी केल्या असतील–

- ☐ रागाच्या भरात घराची वा वस्तूंची तोडफोड वा नासधूस (वस्तू फेकणे, भिंतीवर मारणे, दरवाज्याला लाथ मारणे वगैरे).
- ☐ ढकलून देणे,थोबाडीत मारणे,चावणे, लाथ मारणे वा गळा दाबणे.
- ☐ अनोळखी जागी वा परिस्थितीत एकटं सोडून निघून जाणे.
- ☐ वेडीवाकडी गाडी चालवून घाबरवणे.
- ☐ शस्त्राचा धाक दाखवून धमकावणे वा शस्त्राचा उपयोग करणे.
- ☐ घराबाहेर ठेवणे, वा घर सोडायला भाग पाडणे.
- ☐ घरात डांबून ठेवणे वा कुठेही जायला बंदी घालणे.
- ☐ मदत मागण्यापासून परावृत्त करणे.
- ☐ मुलांना त्रास देणे वा मारणे.
- ☐ शरीरसंबंधादरम्यान शारीरिक जोराचा अतिरिक्त वापर करणे.

प्रकरण

७

आर्थिक अत्याचार

आर्थिक अत्याचार हा बऱ्याचदा मानसिक अत्याचाराची पहिली पायरी असतो. अनेकदा या प्रकारचा अत्याचार वयस्कर स्त्रियांच्या बाबतीत जास्त प्रमाणात होताना दिसतो. स्त्रीला एकटे पाडून तिला स्वत:वर अवलंबून राहायला भाग पाडणे हा आर्थिक अत्याचार करणाऱ्याचा हेतू असतो. इथे लक्षात ठेवायची बाब म्हणजे abuser हा out of control नसतो. तो त्याला हवा तसा मूड बदलू/रंग बदलू शकतो. त्याला वाटेल त्या वेळेला किंवा सार्वजनिक समारंभात त्याचे वर्तन प्रेमाचे, काळजीचे असते. हे पाहून कोणालाही तो घरात त्याच्या जोडीदाराबरोबर अशाप्रकारचे वर्तन करतो हे खरे वाटणार नाही; पण त्याचा पूर्ण उद्देश हा जोडीदाराला एकटे पाडणे हाच असतो. त्याच्यावरचे तिचे अवलंबणे हे त्याच्या दृष्टीने महत्त्वाचे असते. या प्रकाराच्या हिंसाचारातून पुढे शाब्दिक, मानसिक अत्याचारांतून शारीरिक हिंसाचारापर्यंत जाऊ शकतो.

आर्थिक अत्याचार हा एखाद्या मोठ्या घरात राहणाऱ्या श्रीमंत स्त्रीपासून रोजगार करणारी गरीब स्त्री या कोणाच्याही बाबतीत घडू शकतो. केवळ नवरा मोठ्या पदावर आहे, घरात सर्व रेलचेल आहे, पैसा आहे म्हणून तिथल्या स्त्रीला आर्थिक अत्याचार सहन करावा लागत नाही हा गैरसमज आहे. ती स्त्रीदेखील तेव्हढीच आर्थिक अत्याचाराची बळी होऊ शकते.

सर्वप्रथम आपण आर्थिक अत्याचार म्हणजे काय हे समजावून घेऊया.

- एखाद्या स्त्रीच्या आर्थिक साधनसंपत्तीला अंशत: वा पूर्णपणे नुकसान पोहोचवणे वा ती हिरावून घेणे.

- तिची मालमत्ता (यात स्थावर जंगम स्वरूपातली, शेअर्स, बाँड, फिक्स्ड डिपॉझिट) ज्यात तिचा हक्क/हितसंबंध आहे अथवा तिची एकत्रित वा स्वतंत्र मालमत्ता त्याला हानी पोहोचवणे वा ती हिरावून घेणे.
- तिला स्त्रीधनापासून वंचित करणे.

या प्रकारच्या हिंसाचारात खालील गोष्टींचाही समावेश होतो.

- स्त्रीच्या पैशांवर घट्ट पकड ठेवणे वा पैशांचा कोणताही व्यवहार स्त्रीच्या हातात नसणे.
- स्त्रीला पैसे न देणे वा तिच्याकडून प्रत्येक पैशाचा हिशेब घेणे.
- गरजेच्या गोष्टी जसे खाणे, औषधे, कपडे यापासून वंचित ठेवणे.
- महिन्याला ठराविकच पैसे देणे आणि त्यातच सगळा खर्च झाला पाहिजे अशी अपेक्षा ठेवणे आणि तसे न झाल्यास शारीरिक, मानसिक, लैंगिक छळ करणे.
- काम करायला वा करियर करायला बंदी करणे.
- पगार स्वत:च्या ताब्यात घेणे.
- कामाच्या ठिकाणी त्रास देणे ज्यामुळे स्त्रीला नोकरी करणे अवघड होईल.
- स्त्रीचे पैसे घेणे, चोरणे वा तिच्या वस्तूंची विल्हेवाट लावणे.

अनेकदा अशाप्रकारचा त्रास वयस्कर महिलांच्यात जादा असल्याचे जगभर दिसून येते. या वयात त्या मुलांवर अनेक बाबींसाठी अवलंबून असल्यामुळे मुलेदेखील आपल्या म्हाताऱ्या आई-वडिलांच्या अगतिकतेचा फायदा करून घेताना दिसतात. भारतातील कौटुंबिक हिंसाचार कायद्याखाली अशा वयस्कर स्त्रिया आपल्या मुलाविरुद्ध न्यायालयात दाद मागू शकतात. मध्यंतरी एका आईने मुलाला आयुष्यभर मदत करूनही तो आपल्याकडे म्हातारपणात दुर्लक्ष करतो, पुरेसे पैसे देत नाही म्हणून आपल्या मुलाकडून पोटगी मिळण्यासाठी अर्ज केला आहे.

शालिनीताई तरुण वयात शाळेत नोकरी करत होत्या. त्यांचे पतीदेखील बँकेत चांगल्या पदावरून निवृत्त झालेले. एकुलत्या एका मुलाला चांगले शिक्षण देण्यासाठी वारेमाप पैसा खर्च केलेला. मुलाचे लग्न होऊन तो दुसऱ्या गावाला होता, सगळं तसं सुखात चालू होतं. चांगल्या वस्तीत त्यांचा एक बेडरुमचा फ्लॅट होता; पण अचानक शालिनीताईंच्या पतीचे निधन झाले. त्यांना सोबत म्हणून मुलगा त्यांच्याजवळ येऊन राहिला आणि घरात कुरबुरींना सुरुवात झाली. घर लहान पडते या सबबीखाली सुनेने कटकट चालू केली आणि वाढत्या संसारासाठी तीन बेडरूमचा फ्लॅट बुक केला. मग

हे एक बेडरूमचे घर नुसते रिकामे कसे ठेवायचे, या सबबीखाली शालिनीताईंचे घर विकले गेले. त्याचे आलेले पैसे सरळ नवीन फ्लॅटच्या खरेदीसाठी दिले गेले. शालिनीताई गडबडीत फ्लॅटच्या मालकीसंबंधी मुलाला विचारायला विसरल्या. वास्तुशांतीची गडबड संपल्यावर नातवांना अभ्यासाला जागा हवी म्हणून त्यांची रवानगी लहान खोलीत झाली. मध्ये मध्ये गरज आहे म्हणून बँकांमधल्या मुदतठेवीदेखील मुलाच्या ताब्यात गेल्या. बँक लांब म्हणून त्यांच्या खात्यावर मुलाचेही नाव लागले गेले आणि हळूहळू त्यांच्या पैशांचे सगळेच अधिकार मुलाच्या ताब्यात गेले, हे त्यांना कधी कळलेच नाही. त्यांना आता थोडेसे पैसे हवे असतील तर मुलाकडे किंवा सुनेकडे मागावे लागतात आणि ते घेताना त्यांची वाकडी तोंडंही पाहावी लागतात; पण आपल्या म्हातारपणी आपल्याकडे कोण पाहाणार या विचाराने त्या सगळे सहन करतात.

याउलट केस आहे शांताबाईंची. त्या चार घरच्या पोळ्या करून चरितार्थ चालवतात. नवऱ्याला दारूचे व्यसन. तो काही काम करत नाही; पण शांताबाईंचा पगार त्याच्या हातात असतो. त्या पगार द्यायच्या नाहीत; पण मग तो कामावर येऊन तमाशा करू लागला, त्यांना मारहाणही होत असे. काम जायच्या भीतीने त्या आपला पगार नवऱ्याच्या हाती सोपवू लागल्या. नवरा अत्यंत संशयी आहे आणि शांताबाईंच्या वागण्यामुळेच त्याला दारूचे व्यसन लागले, असा त्याचा उलटा दावा आहे.

सीमाची केस अजूनच वेगळी आहे. ती एका खाजगी कंपनीत कामाला आहे; पण लग्न झाल्यापासून तिला पगार नवऱ्याच्या हातात द्यावा लागतो. कारण त्यांच्या घरात म्हणे पूर्वीपासून अशीच पद्धत आहे. तो दररोजच्या खर्चासाठी तिच्या हातावर पैसे ठेवतो; पण रात्री तिच्याकडून पै-पैचा हिशेब घेतो. तो जर जुळला नाही तर तिला सतत बोलणी खावी लागतात, माहेरच्यांचा उद्धार होतो. तिच्या आवडीची भाजी आणायची नाही कारण ती महाग आहे, कपडेदेखील नवरा आणेल तेच. दररोजच्या खर्चाचे पैसे हे गरजेपुरतेच त्यात कोणत्याही हौसेला वाव नाही. मध्यंतरी तिच्या पगारवाढीबद्दल तिने घरात काहीच सांगितले नाही; पण एकदा तिच्या पर्समध्ये जास्तीचे पैसे आढळल्याने त्याला काय जाब द्यावा या सततच्या विचारांनी तिला मानसिक ताण येतो. तिला जगण्याचाही कंटाळा आला आहे. तिच्या नवऱ्याला स्वत:च्या वागण्यात काही गैर आहे हेच पटत नाही.

आपल्या अजूबाजूला आर्थिक अत्याचार होत असलेल्या अनेक व्यक्ती दिसतात. यात वयाने लहान-मोठे स्त्री-पुरुष सगळ्यांचा समावेश असू शकतो. आर्थिक अत्याचार ही मानसिक, शारीरिक अत्याचाराची पहिली पायरी असते. आर्थिक अत्याचार होणारे

बहुतेकदा हे अत्याचार करणाऱ्यावर कुठल्या ना कुठल्या प्रकारे अवलंबून असतात. म्हाताऱ्या लोकांत हे प्रमाण जास्त दिसते. त्यामुळे अत्याचारपीडित आपल्यावर होणाऱ्या अत्याचाराची कबुली द्यायला तयार नसतात.

ज्या नात्यात अत्याचार असतो त्यातील बहुतांशी नात्यात आर्थिक अत्याचारही असतो. आपल्यावर आर्थिक अत्याचार होतो आहे हे स्त्रीच्या लक्षातही येत नाही. तिचा जोडीदार हळूहळू तिला पैशांच्या व्यवहारातून पद्धतशीरपणे बाजूला सारत असतो. तुम्ही काम करत असाल तर पैसे कुठे गुंतवले आहेत, त्याचे काय होते, त्याची जरूर चौकशी करा आणि तुम्ही गृहिणी असाल तर तुमचे स्त्रीधन तुमच्याच ताब्यात राहील याची खात्री करा.

प्रकरण

८

लैंगिक अत्याचार

आपल्या समाजात लैंगिक विषयावर मोकळेपणाने आणि खुलेपणे बोलणे निषिद्ध मानले गेले आहे. त्यामुळे कोणत्याही प्रकारच्या लैंगिक समस्यांबद्दल बोलणे त्यातही बायकांना खूपच अवघड होते.

जगात आणि भारतात सर्वसाधारणपणे दिसणारा हिंसाचाराचा प्रकार म्हणजे लैंगिक अत्याचार. हा विषय खूपच संवेदनाक्षम असल्यामुळे आणि मोकळेपणाने बोलले जात नसल्याने अशाप्रकारच्या अत्याचाराबद्दल खूपच कमी संशोधन केले गेले आहे.

अनेक आफ्रिकी देशात लैंगिक अत्याचार जास्त प्रमाणात दिसतात. भारतातही लग्नानंतरच्या पहिल्या रात्री लैंगिक अत्याचार होण्याचे प्रमाण जास्त आहे. याचे कारण बायकांचे समाजातले दुय्यम स्थान आणि बायको ही आपली मालमत्ता आहे, अशी असलेली पुरुषांची मानसिकता.

अशाप्रकारच्या हिंसाचाराचा परिणाम स्त्रीच्या शारीरिक आणि मानसिक आरोग्यावर होत असतो आणि तो केवळ तात्पुरता नसून त्याचा परिणाम दूरगामी असतो. स्त्रीच्या सामाजिक आयुष्यावरदेखील याचा परिणाम दिसून येतो. परंपरावादी समाजात एखाद्या पीडित स्त्रीने आपल्यावर होणाऱ्या अत्याचाराबद्दल सांगितले तर तिला समाजाकडून केवळ उपेक्षाच मिळते.

आपली शक्ती दाखवणे आणि दुसऱ्यावर वर्चस्व गाजवणे यामुळेच नात्यात लैंगिक अत्याचार होताना दिसून येतो. मुख्यत्वे नवऱ्याकडून बायकोवर असा अत्याचार

होत असतो. मनात नसताना समागम करायला भाग पाडणे वा इतर लैंगिक कृत्ये करायला लावणे, असे प्रकार जेव्हा लग्नाच्या नात्यात घडतात तेव्हा नवरा-बायको दोघांनाही हा नवऱ्याचा अधिकारच आहे, अशी समजूत असल्याने या प्रकाराबद्दल मोकळेपणाने बोलले जात नाही किंवा मदत मागितली जात नाही.

मध्यंतरी सहा प्रगतिशील देशांमध्ये झालेल्या सर्वेक्षणात भारतातील पुरुषांबाबत धक्कादायक माहिती बाहेर आली. एकूण सर्वेक्षणात सहभागी १५०० पुरुषांपैकी २४% पुरुषांनी आपण आपल्या जोडीदारावर लैंगिक अत्याचार केला असल्याचे कबूल केले आहे आणि कुटुंब एकत्र राहण्यासाठी स्त्रीने घरगुती हिंसाचार सहन करायलाच हवा, असे ६५% पुरुषांचे मत आहे.

लैंगिक अत्याचार थांबवणे हा जसे खूप कठीण तसेच या प्रकाराबद्दल तक्रार करणेदेखील अवघड आहे. त्यामुळे अशा अत्याचाराची माहिती मिळणे पण अशक्यप्राय होते.

माणसे समाजात वावरताना मुखवटा लावून वागतात. एखादा साधा दिसणारा, साळसूद माणूस आतून अतिशय विकृत असू शकतो आणि ते त्याच्या जोडीदाराला किंवा पत्नीलाच जाणवते.

रीनाच्या लग्नाला सहाच महिने झाले आहेत. ती अजूनही नवऱ्यासोबत एकटी राहायला, रात्री बेडरूममध्ये जायला घाबरते. तिच्या नवऱ्याने पहिल्याच रात्री तिला अंधारात जळक्या वर्तमानपत्राच्या प्रकाशात नग्न पहाण्याचा हट्ट केला. त्यानंतर दिवसेंदिवस तिचा त्रास आणि त्याच्या मागण्या वाढत गेल्या. तिला हे कोणाला सांगता येईना की बोलता येईना. कारण चारचौघांत तो अगदीच वेगळा वागत असे. शेवटी त्याच्या एका मित्राबरोबर शरीरसंबंध ठेवण्याची त्याची मागणी तिने अमान्य केली आणि धीर धरून तिने तिच्या मैत्रिणीला ही गोष्ट सांगितली. आता रीनाने घटस्फोटासाठी अर्ज केला आहे आणि ती हा अनुभव विसरण्यासाठी समुपदेशनही घेत आहे.

लैंगिक अत्याचार म्हणजे एखाद्याच्या मनाविरुद्ध केलेली लैंगिक कृती. अनेकदा हे कृत्य करण्याकरता पीडित स्त्रीला शारीरिक मारहाण आणि मारहाणीची भीती दाखवण्यात येते. लग्न झालेल्या अनेकींवर नवऱ्याकडून बलात्कार केला जातो; पण त्या काही बोलायला घाबरतात. कारण आपल्या संस्कृतीत समागम हा नवऱ्याचा हक्क समजला जातो. त्यामुळे लग्नबंधनात झालेल्या बलात्काराबद्दल बोलायला, तक्रार करायला कोणी धजावताना दिसत नाही.

लैंगिक अत्याचार म्हणजे

- मनाविरुद्ध वा बळजबरीचा समागम.
- अश्लील (पोर्नोग्राफी) चित्रे किंवा मजकूर, फिल्म पाहण्यास मनाविरुद्ध भाग पाडणे.
- ज्यामुळे स्त्रीचा मानभंग, अपमान होईल असे लैंगिक कृत्य करणे वा करायला भाग पाडणे.
- मनाविरुद्ध अनैसर्गिक लैंगिक कृत्य करायला भाग पाडणे.
- लैंगिक व अश्लील नावे ठेवणे.
- मुलांवर लैंगिक अत्याचार करणे.

बऱ्याचदा लैंगिक अत्याचारासोबत पीडित स्त्रियांना शारीरिक आणि मानसिक अत्याचारालादेखील सामोरे जावे लागते. युनायटेड नेशन्सच्या सर्वेक्षणानुसार जगातील तीन स्त्रियांपैकी एकजण मारहाण, बलात्कार किंवा अत्याचाराची बळी आहे आणि हा अत्याचार तिच्या जवळच्या, ओळखीच्या व्यक्तींकडून झालेला असतो.

तसेच एखाद्या स्त्रीवर लैंगिक अत्याचार होतो – जर तिचा जोडीदार

- स्त्रीकडे उपभोगाची वस्तू म्हणून पहातो आणि स्त्रीच्या कामाबद्दल त्याची ठाम व टोकाची मते बाळगतो.
- तिचे बाहेर संबंध असल्याचा आरोप करतो व तिच्या बाहेरील कुठल्याही मैत्रीबद्दल मत्सर बाळगतो.
- तिने ठराविक पद्धतीने कपडे घालण्याची सक्ती करतो.
- तिला लैंगिक नावांनी हाक मारतो वा स्त्रीत्वाचा अपमान करतो.
- लैंगिक संबंधाची बळजबरी करतो, मनाविरुद्ध अत्याचार करतो.
- अनैसर्गिक लैंगिक संबंधाची मागणी व बळजबरी करतो.
- ती आजारी असतानाही लैंगिक संबंधाची मागणी करणे.
- लैंगिक संबंधादरम्यान शस्त्र वा वस्तूंचा वापर करणे.
- इतर व्यक्तींशी शरीरसंबंध करण्यासाठी भाग पाडणे.
- तिच्या मनाविरुद्ध संबंध ठेवणे वा न ठेवणे.

प्रकरण

९

स्पर्श

वयात येणाऱ्या मुलीला कुटुंब डोळ्यात तेल घालून जपते. मग ते कुटुंब
कोणत्याही सामाजिक थरातले असो.

नुकत्याच वयात येणाऱ्या मुलीला शारीरिक बदलाबरोबरच मानसिक आणि
इतरही बदलांना सामोरे तर जावे लागतच असते. यावेळी मनात अनेक शंका, शारीरिक
ऊर्मींबद्दलचे कुतूहल, बाहेरच्यांच्या नजरांत झालेला बदल, भीती यामुळे ती
बावचळलेली असते.

नीट बस, पाय पसरून बसू नकोस, उगाच कोणाच्या अंगचटीला जाऊ नकोस,
असे घरात आई ओरडत असताना आपण मुलगी म्हणून सगळे एकदम वेगळे का
वागायला लागले हे कळण्याची मानसिक क्षमता तिच्यात नसते. तरीही शरीरात होणारे
बदल तिच्यात अनेक मानसिक बदलही घडवत असतात. आजूबाजूच्यांच्या नजरा,
जाणूनबुजून होणारे स्पर्श तिला कळू लागतात. वयात येणारी मुलगी घराबाहेर पडली
की मुलांच्या शिट्ट्या, अर्वाच्य बोलणे, अचकट विचकट हावभाव, टोमणे यांना
सामोरे जावं लागतंच. जर तिला घरातून चांगला पाठिंबा असेल तर अशा गोष्टींकडे
दुर्लक्ष कसे करायचे याचे भान असते. बाहेरच्या वाईट प्रवृत्तींना घरातल्यांच्या कवचामुळे
उंबऱ्याबाहेर ठेवता येते; पण घरातच ओळखीच्यांकडून होणारे अत्याचार कसे थांबवणार
हा मोठा प्रश्न आहे.

जवळच्या, ओळखींच्यांकडून होणाऱ्या अत्याचारांची, बलात्कारांची टक्केवारी
ही अनोळखी व्यक्तींकडून होणाऱ्या अत्याचारांपेक्षा जास्त आहे.

काका, मामा, भाऊ, भावाचे मित्र, मेहुणे, नेहमी घरी येणारे काका, रिक्षावाले काका, शिक्षक असे जवळचेच लोक या वयात येणाऱ्या मुलींच्या अंगचटी जातात. त्यांना मिठी मारणे, कुरवाळणे, चुंबन घेणे वा प्रयत्न करणे, मांडीवर बसवणे आणि काहीवेळा तर त्यांच्यासोबत लैंगिक चाळे करणे आणि हे करत असताना तिला कोणालाही न सांगायची धमकी देत असतात. आपल्याला असा त्रास होतो हे आई-वडिलांना विश्वासात घेऊन सांगण्याचे धाडस होत नाही. कारण दोन पिढीत संवाद असला तरी तो मोकळा असतोच असे नाही आणि जवळच्या नातेवाईकांबद्दल सांगितल्यावर आपल्यावर कोणी विश्वास ठेवेल का, अशी खात्री नसते. (अनेकदा हे अत्याचारी तू जर कोणाला सांगितलेस तर कोणीही तुझ्यावर विश्वास ठेवणार नाही हे आपल्या सावजाच्या मनावर बिंबवण्यात यशस्वी होतात.) काहीवेळा जर ही गोष्ट कोणाला सांगितली तर वाईट परिणामांना सामोरे जावे लागेल, अशी धमकी दिली जाते. परिणामांच्या भीतीमुळे ही पीडित मुले/मुली आपल्या बालपणाला हरवून बसतात. अशाप्रकारच्या घटनांना केवळ मुलीच बळी पडतात असा अनेकांचा समज असतो.

लैंगिक शोषणाचे विविध प्रकार आहेत–

१. अश्लील फोटो, पुस्तके, फिल्म दाखवणे.
२. लैंगिक भावनेने स्पर्श करणे.
३. लैंगिक अर्थाने बोलणे वा सूचना करणे.
४. गुप्तांग दाखवणे, त्यास स्पर्श करायला लावणे.
५. गुप्तांगास स्पर्श करणे.
६. हस्तमैथुन करून घेणे.
७. मौखिक संभोग, भिन्नलिंगी वा समलिंगी शरीर संबंधास भाग पाडणे.

भारतात लहान मुलांचे प्रमाण एकूण जनसंख्येच्या साधारण ४०% आहे. India Child Abuse Study २००७ नुसार एकूण मुलांच्या संख्येपैकी ५३% मुले/मुली कोणत्यातरी प्रकारच्या लैंगिक शोषणाचे बळी आहेत.

वयात येताना अशाप्रकारच्या छळामुळे या मुलींच्या मनावर कायमचा ओरखडा पडतो. जोडीदाराशी जवळीक आणि समागम या गोष्टींबद्दल मनात भीती बसू शकण्याची शक्यता असते. अनेकवेळा मुलींचे लग्न होऊन गेल्यावर लहानपणात घडलेल्या घटनांचे सावट नात्यावर पडू शकते. सर्वसाधारणपणे दर ५ पैकी २ मुलगे/मुली अशा प्रकारच्या अत्याचाराचे बळी होताना दिसतात. अशा घटना जगभर घडत असतात.

मध्यंतरी ऑस्ट्रियात एक विश्वास न बसण्यासारखी अशी घटना उघडकीस आली. एका ७६ वर्षांच्या माणसाला त्याच्या स्वतःच्याच मुलीला दोन दशकांहून अधिक काळ तळघरात बंदी बनवून ठेवल्याच्या गुन्ह्यावरून अटक करण्यात आली. बंदिवासाबरोबरच त्याने मुलीवर बलात्कार करून त्याच्या सात मुलांची माता बनवली. त्यातील तीन मुले तळघरात बंदी होती, तर तीन मुले वर घरात तो आणि त्याच्या बायकोबरोबर रहात होती. तळघरातल्या मुलांनी जन्मल्यापासून सूर्यप्रकाशदेखील पाहिलेला नव्हता. त्या नराधमाने तिला जेव्हा तळघरात बंदी बनवले तेव्हा ती पळून गेल्याची तक्रारही पोलिसांकडे केलेली होती. पोलिसांनी त्या घराला दोनदा भेट दिली होती; पण त्यांना तळघराबद्दल काहीही कळलं नाही. सगळ्यात आश्चर्यदायक बाब म्हणजे घरात वर राहाणाऱ्या त्याच्या बायकोला या प्रकाराची सुतरामही कल्पना नव्हती. यात अंगावर काटा आणणारा प्रकार म्हणजे हा अत्याचार चोवीसहून अधिक वर्षे चालू होता. यानंतरही जगभरात अशाप्रकारच्या काही घटना उघडकीस आल्या. जवळच्या रक्ताच्या नात्यातल्या व्यक्तींचा एकमेकांशी शरीरसंबंध म्हणजे ही विकृती आहे. बहुतांशी असे प्रकार मनाविरुद्धच होतात. अशा संबंधांचे लहान मुला-मुलींवर होणारे परिणाम दूरगामी असल्याचे दिसून आल्यामुळे अमेरिकेसारख्या प्रगत देशात असे विषय उघडपणे चर्चिले जातात.

या परिणामात जोडीदाराबरोबरच्या नात्यात विश्वास नसणे, नाते टिकवण्याकडे दुर्लक्ष करणे (किंबहुना जोडीदाराशी नाते तोडण्याचा प्रयत्न करणे.) शरीरसंबंधाबद्दल अनिच्छा वा त्रास होणे, मूल होऊ देण्यास नकार देणे, काही केसेसमध्ये तर समलिंगी होणे असे परिणाम असू शकतात.

अमेरिकेतली प्रसिद्ध दूरदर्शनतारका ओप्रॉ विन्फ्रे हिने आपल्यावर लहानपणी काका, चुलतभाऊ यांच्याकडून झालेल्या बलात्काराबद्दल, त्यातून झालेल्या गर्भधारणा आणि गर्भपात, त्याच्या परिणामांबद्दल आपल्या टीव्ही शोमध्ये उघड केल्यावर या प्रकारच्या अत्याचाराच्या बळी पडलेल्या अनेकींना आपल्यावरच्या अत्याचारासंबंधी बोलण्याचे धाडस झाले. मात्र, आपल्याकडच्या संस्कृतीत अशी गोष्ट उघडपणे बोलणे अवघड आहे.

विश्वासातल्या नात्यातच अशी घटना घडल्यामुळे परत जवळच्या नात्यावर विश्वास ठेवणे अनेकांना कठीण जाऊ शकते.

अशा प्रकारच्या घटना उघडकीस यायचे प्रमाण खूपच कमी आहे. कारण आपल्या बोलण्यावर कोणी विश्वास ठेवेल का याचे टेन्शन असू शकते, तर अशा स्पर्शाबद्दल गोंधळलेली अवस्था असू शकते, तर काही घटनांत असा स्पर्श योग्य

नाही, हे कळत असूनही तो हवाहवासा वाटणे याबद्दल आणि आपणच याला जबाबदार आहोत, वा आपण वाईट व्यक्ती आहोत, असादेखील विचार मनात गोंधळ निर्माण करू शकतो.

राजश्री एका चांगल्या सुखवस्तू घरातली मुलगी. घरातही तिला सर्व प्रकारचे स्वातंत्र्य होते आणि सुसंवादही. ती वयात आली तेव्हा तिच्या आईने तिला शरीरात होणाऱ्या बदलांची माहिती दिली. घरातले वातावरणही मोकळे. राजश्री पण आता स्वतःच्या शरीरातील बदलाने सुखावलेली. आजूबाजूच्या बघणाऱ्यांच्या नजराही तिला समजू लागलेल्या. शेजारी रहाणारे कुटुंब त्यांच्या अगदी घरातले. शेजारच्या काकांची ती लहानपणापासून लाडकी. अगदी त्यांच्या अंगाखांद्यावर वाढलेली. पण आजकाल तिला ते जेव्हा जवळ घेतात तेव्हा तिला काही तरी वेगळेच वाटतं. नक्की काय ते तिलाही सांगता येत नाही. ते जेव्हा जवळ घेतात तेव्हा जरा जास्तच कुरवाळतात, उगाचच घट्ट पकडून ठेवतात, छातीला चुकून स्पर्श झाला असे दाखवतात; पण तिला तो मुद्दाम झालेला आहे हे कळतं. तिने आईला सांगायचा प्रयत्न केला; पण तिच्या आईने तिला असे उगाचच वाटते, आपण चांगल्या वाईट स्पर्शाबद्दल बोललो म्हणून तुला असं वाटत असेल, अशी तिची समजूत काढली. तशी काळजी म्हणून तिच्या आईने शेजारच्या काकांकडे विषय काढला; पण त्यांनी ते आपल्या किती मनाला लागलेले आहे हे दाखवण्यासाठी आजारी पडण्याचे नाटकपण केले. त्यामुळे तिच्या आईने तिचीच समजूत काढली आणि तिला त्यांच्याकडे जायला भाग पाडले, आता तर त्या काकांना रान मोकळेच मिळाल्यासारखं झालेले आहे. त्यांचे धाडस वाढले आहे. ते तिला अंधारात धरून तिचा मुका घेतात, तिच्या गुप्तांगाला हात लावतात, तिला त्यांना हात लावायला भाग पाडतात. तिला काय करावे, हेच कळत नाही; पण तिच्या नशिबाने तिच्या शेजारच्यांनी त्या काकांना तिला त्रास देताना पाहिल्यामुळे तिचा त्रास संपला. काकांचे बिऱ्हाड घर सोडून गेले आणि तिच्या आईने पण तिच्यावर विश्वास न दाखवल्याची खंत बोलून दाखवली. याप्रकारच्या यशस्वी घटना फार क्वचितच घडतात. अनेक अत्याचारांच्या बळींना अशा घटना मुक्याने सोसाव्या लागतात.

ताराच्या घरची गरिबी. ते घर म्हणजे चाळीतली एक छोटीशी खोली. घरात तिच्या तीन लहान भावंडांबरोबर आई-वडील, आजी, काका. खोली लहान असल्याने तिला शारीरिक संबंधाविषयी जाण आणि मनात कुतूहल आणि वयात येताना या प्रकाराबद्दल भीती, किळस, उत्सुकता सगळ्याचे मिश्रण मनात होते.

तिचा काका तसा लहानच. विशीतला. ती एकटी मुलगी असल्याने बाहेर

जाताना काकाला तिच्यासोबत पाठवले जायचे. हळूहळू त्याने तिचा हात धरण्यावरून तिला कुरवाळण्यापर्यंत मजल मारली. ती कोणाशी बोलू शकत नाही की, काहीही कोणाला सांगू शकत नाही.

राजश्री, तारा या आपल्या समाजाचे प्रतिनिधित्व करणाऱ्या, पण आजही दर दहातल्या ६ ते ७ मुलींना अशाप्रकारच्या स्पर्शांना आयुष्यात सामोरे जावे लागते. तसे पाहिले तर सगळ्यांना आयुष्यात कधीना कधी तरी पुरुषाच्या नकोशा स्पर्शाचं बळी व्हायला होतं. बस, ट्रेनमध्ये चढताना पुरुषांनी मुद्दाम अंगाला चिकटणं, पैसे देताना रेंगाळलेला एखाद्याचा हात, गर्दीतून चालताना लागणारे धक्के, अनोळखी हाताने घेतलेला चिमटा, अशा अनेक प्रकारच्या स्पर्शांना आपण दररोज तोंड देत असतो.

खरे तर केवळ मुलीच नाही, तर लहान मुलेदेखील अशाप्रकारच्या लैंगिक अत्याचारांना बळी पडत असतात. दुर्दैवाची बाब म्हणजे या गोष्टी उघड होत नाहीत. आपली पुरुषप्रधान संस्कृती असल्याने तर मुलांना काही होत नाही, केवळ मुलींनाच जपलं पाहिजे, अशी सर्वसामान्य समजूत दिसते; पण मुलांनासुद्धा आपण वेगवेगळ्या स्पर्शांची जाणीव करून देणे गरजेचे आहे.

आठवीत गेल्यावर रोहितला हॉस्टेलला ठेवले गेले. तिथे मोठ्या वर्गातल्या मुलांनी त्याला रात्रीच्या वेळी हात लावणे, त्याला बाथरूममधे नेऊन शारीरिक चाळे करणे सुरू केले. त्याने सरांना सांगितले; पण मुलांच्या बाबतीत असं काही घडू शकतं हे त्यांना खरं वाटलं नाही. रोहितला घरीपण असाच अनुभव आला, तो पुढच्या वर्गात गेल्यावर त्याने खालच्या वर्गातल्या मुलांशी तसेच वर्तन करायला सुरुवात केली. आता कॉलेजमधे असलेल्या रोहितला आपल्या लैंगिकतेविषयी मनात संभ्रम आहे, केलेल्या कृत्याबद्दल पश्चात्ताप आहे, तर आपल्यावर अत्याचार करणाऱ्यांविषयी राग आहे. तो सध्या एका मानसोपचारतज्ज्ञाकडे उपचार घेत आहे.

या प्रकारांना आळा घालण्यासाठी पालकांनी मुलांना कोणत्या प्रकारची काळजी घ्यायला हवी, याचे योग्य वयात मार्गदर्शन करणे अतिशय जरूरीचे आहे.

अशाप्रकारच्या अत्याचाराच्या बळींमधे खालील लक्षणे/बदल दिसून येतात.

पालकांसाठी सूचना –

- मुलगा किंवा मुलगी वयात येण्याआधी त्यांना शरीररचनेची, वयानुसार शरीरात होणाऱ्या वेगवेगळ्या बदलांची तसेच वेगवेगळ्या स्पर्शांची माहिती द्या.

- चांगला/वाईट स्पर्श म्हणजे काय आणि तो कसा ओळखायचा हे समजावून सांगा, जसे आई-बाबांनी जवळ घेणे वा आजीने जवळ घेऊन कुरवाळणे म्हणजे चांगला आनंदी स्पर्श असतो हे मुलांना समजावून सांगा.
- वाईट स्पर्श म्हणजे शरीराच्या खालच्या भागास स्पर्श करणे, नको असताना अंगचटी येणे, गुप्तांगास स्पर्श करणे, चुंबन घेणे, छातीला स्पर्श करणे.
- त्यांनी तुमच्या अगदी जवळच्या माणसाविषयी तक्रार केली तरीही तुम्ही त्यांचे बोलणे नीट ऐकून घ्याल, याचा विश्वास मुलांच्या मनात तयार करा.
- मुलांनी तक्रार केली तर त्यांचे म्हणणे नीट ऐकून घ्या.
- मुलांना त्रास देणाऱ्या व्यक्तीला विरोध करा.

मुलांनी लक्षात ठेवायच्या गोष्टी-

- सगळ्यात महत्त्वाचे म्हणजे तुमच्या शरीरावर केवळ तुमचाच अधिकार आहे आणि तुमच्या इच्छेशिवाय त्याला स्पर्श करण्याचा कोणालाही हक्क नाही. असे जर तुमच्या बाबतीत घडले किंवा घडत असेल, तर त्याच्याविरुद्ध तक्रार करण्याचा तुम्हाला पूर्ण अधिकार आहे.
- तुम्ही एखाद्या व्यक्तीच्या सहवासात असाल आणि त्यांनी केलेला स्पर्श तुम्हाला संशयास्पद वाटला तर तुमच्या आई-वडिलांना, शिक्षकांना किंवा तुमच्या विश्वासार्ह माणसाला ही गोष्ट न घाबरता सांगा.
- कोणीही असा स्पर्श केला तर जोरात ओरडून त्याला प्रतिकार करायचा प्रयत्न करा.
- हा प्रकार कोणत्याही स्तरात, कोणत्याही मुला-मुलीबाबत होऊ शकतो, हे लक्षात ठेवा.

या प्रकारच्या शोषणात मुलांची चूक नसते, तर ती केवळ तो करणाऱ्याचीच असते हे ध्यानात ठेवा.

प्रकरण

१०

छोटीशी चाचणी

मी अत्याचाराची बळी आहे का?

कुठल्याही नात्यात अनेक चढ-उतार येत असतात. नाते टिकवण्यासाठी दोघांनाही प्रयत्न करावे लागतात; पण काही नाती अशी असतात की ज्यातली एक व्यक्ती सतत वरचढ वागण्याचा आणि दुसऱ्याला दुखवण्याचा प्रयत्न करते.

तुमच्या जोडीदाराच्या सहवासात तुम्हाला छोटे असण्याची भावना, तुच्छ वा बिनडोक आहोत, हताश आहोत असे सतत वाटत असेल किंवा भासवले जात असेल तर तुमच्या नात्याकडे, तुमचा जोडीदार तुम्हाला कसा वागवतो याकडे बारकाईने पाहण्याची गरज आहे.

१. तुमचा सतत पाणउतारा केला जातो. एकांतात किंवा लोकांसमोर तुम्हाला नावं ठेवली जातात, अपमान होतो. तुमच्या दिसण्यावर, वागण्यावर ताशेरे ओढले जातात, कुठल्याही गोष्टीचे खापर तुमच्यावर किंवा तुमच्या स्वभावावर फोडले जाते. तुमचा जोडीदार (तो किंवा ती) सतत आपणच कसे बरोबर आहोत असे तुम्हाला पटवून देत असतो. तुम्ही करत असलेल्या कृतीवर सतत टीका केली जाते. कुठल्याही चुकीची जबाबदारी घेण्याचे तुमचा जोडीदार टाळतो आणि त्या चुकीला तुम्हीच जबाबदार आहात असा आरोप करतो.

२. तुमच्या जोडीदाराशिवाय तुमचे स्वतंत्र अस्तित्व मान्य नसणे. सतत

संशय घेणे. तुमच्या शिक्षण, नोकरी, बदली, बढतीला तुमचा जोडीदार विरोध करतो किंवा भावनात्मक दबाव आणून ते करण्यापासून परावृत्त करतो.

३. तुमच्या दररोजच्या कृतीवर तुमच्या जोडीदाराचे वर्चस्व असते. तुम्ही करत असलेल्या प्रत्येक कृतीचे, घालवलेल्या वेळाचे समर्थन करावे लागते. अनेकदा पुढची भांडणे टाळण्यासाठी तुमच्या जोडीदाराला पसंत पडेल असेच तुम्ही करता.

४. समागमाचा उपयोग शस्त्र म्हणून केला जातो. प्रेम व्यक्त करण्याऐवजी तुमच्या मनाचा, इच्छेचा विचार न करता समागम केला जातो. जोडीदाराच्या मनाविरुद्ध काही घडल्यास जवळीक साधण्यास नकार दिला जातो.

५. जोडीदाराव्यतिरिक्त इतर कुटुंबीय, मित्र, मैत्रीण यांच्याबरोबर तुम्ही किती वेळ व्यतीत करावा यावर जोडीदाराचे आग्रही विचार असतात. काही विशिष्ट व्यक्तींना भेटू दिले जात नाही.

"माझ्याबरोबर वेळ घालवण्याऐवजी तुला बाकीचेच महत्त्वाचे वाटतात," "लोक तुला काहीही सांगतात आणि तुला ते पटतं." किंवा "इतरांना तुझं चांगलं चाललेलं पहावत नाही" अशा प्रकारे संभाषण केलं जातं. तुमचे कुटुंबीय किंवा मित्र-मैत्रिणींबरोबर जास्त वेळ न घालवण्याचे काही तोटे आहेत. जसे-

☐ तुम्ही एकटे पडता.

☐ तुम्हाला जरुरी असलेली सकारात्मक भावनिक मदत हवी तेव्हढी मिळत नाही.

☐ इतरांच्या तुमच्या जोडीदाराविषयी असलेल्या नकारात्मक भावना, टीका यांची तुम्हाला जाणीव होत नाही. तुमच्या वागण्यात होणारे बदल तुम्हाला जाणवून द्यायला कोणी नसते त्यामुळे तुमच्या जोडीदाराने निर्माण केलेल्या जगातच राहण्याची तुम्हाला सवय होते. आपण आपले स्वत्व विसरलो याची जाणीव नसते.

६. तुमच्या जोडीदाराच्या मनाविरुद्ध वागण्याचे परिणाम नकारात्मक होतील हे सतत तुमच्या मनावर ठसवले जाते.

काहीवेळा जोडीदार आपल्या वागण्याचे समर्थन करताना कामाचा वाढता

ताण, कामाठिकाणची चढाओढ यावर सर्व थोपले जाते आणि तुमच्याकडून समजूतदारपणाची अपेक्षा केली जाते. तुम्ही दूर जात असल्याची भावना आल्यास तुमच्यावर भेटवस्तू, प्रेम, सहल यांचा वर्षाव केला जातो. मात्र, तुम्ही त्यांच्या अधिपत्याखाली आल्यावर त्यांचे वागणे पूर्वपदावर येते.

वरीलपैकी गोष्टींची उत्तरे होय अशी आल्यास जवळच्यांकडे मदतीची मागणी करा. जोडीदाराशी बोलायचा प्रयत्न करा.

एक व्यक्ती, एक माणूस म्हणून योग्य त्या आदराने जगण्याचा हक्क तुमच्यासकट सगळ्यांनाच आहे.

स्त्री मानसिक छळाची बळी असते – जर तिचा जोडीदार

- ☐ तिला नावे ठेवतो, अपमान करतो किंवा सतत टीका करतो.
- ☐ तिच्यावर सतत अविश्वास दाखवतो, मत्सराने वागतो वा तिच्यावर नियंत्रण ठेवतो.
- ☐ तिच्या इतर कुटुंबीय व मित्रमैत्रिणींपासून दूर करतो, वा त्यांना भेटायची परवानगी देत नाही.
- ☐ ती कुठे जाते, काय करते, कोणाला भेटते, कोणाशी बोलते यावर बारीक लक्ष ठेवतो.
- ☐ तिच्या काम करण्याला त्याचा नकार असणे.
- ☐ पैशाचे सर्व व्यवहार त्याच्या हातात असून तिला पैसे देण्यात टाळाटाळ करणे.
- ☐ भावनिकरीत्या एकटी पाडण्याची शिक्षा देणे, प्रेम न करणे, काळजी न घेणे.
- ☐ तिने परवानगी मागावी अशी अपेक्षा ठेवणे.
- ☐ तिला, मूल, कुटुंबीय यांना दुखापत करण्याची धमकी देणे.
- ☐ सर्वपरीने तिचा अपमान करण्याची संधी न सोडणे.

प्रकरण

११

कारणे आणि परिणाम

एखाद्या नात्यात छळ होत असलेली स्त्री किंवा पुरुष का राहतात हा सर्वसामान्यपणे इतरांना पडणारा प्रश्न त्यांच्या जागी बरोबर आहे; पण आपण मोकळेपणाने जो निर्णय घेऊ शकतो ते या स्त्री-पुरुषांसाठी अतिशय कठीण असतात; कारण त्यांच्या आयुष्याचे वास्तव वेगळे असते.

हे पीडित स्त्री-पुरुष छळ सहन करतच का रहातात याची प्रामुख्याने सहा कारणे आहेत. ती एकमेकांशी निगडित आहेत. आपण घर सोडून गेलो, मदत मागितली, हिंसाचाराबद्दल सांगितले तर काय पुढे होईल, ही भीती मनात असतेच. जसे-

१. लाज / शरम वाटणे –

☐ माझ्या घरच्यांचा, मित्रपरिवाराचा, शेजारच्यांचा माझ्याबद्दल गैरसमज होईल.

☐ हा माझ्या घरचा मामला आहे.

☐ मी याबाबत कोणाला सांगितले तर हा चर्चेचा विषय होईल, मी समाजाच्या टीकेचा विषय होईन.

☐ स्वत:चा बचाव करण्याइतपत मी खंबीर नाही.

☐ पुरुषांना वाटते, आपल्या छळासंबंधी बाहेर कळले तर तो आपल्या पौरुषाचा अपमान आहे.

२. स्व –

- □ यात माझीच चूक आहे.
- □ माझं नशीबच वाईट आहे.
- □ माझं रूप, वय, पैसा, आकर्षकता यांमुळे मला दुसरा जोडीदार मिळणार नाही.
- □ हा नशिबाचाच भाग आहे – आणि हेच जर माझ्या नशिबात लिहिलेलं असेल तर कोणीही काही करू शकत नाही.
- □ माझा विवाह तुटला तर त्याचा परिणाम इतरांवर होईल आणि ते मलाच दोषी ठरवतील.

३. नकार

- □ ही परिस्थिती इतकी वाईट नाही.
- □ हेही दिवस जातील.
- □ जोडीदार शांत झाला की हे सगळं बदलेल.
- □ सगळे पुरुष असेच असतात.
- □ असे वागण्याचा पुरुषांना हक्कच आहे.
- □ असे अधून मधूनच घडते.

४. नाते संपवण्यास नाखूश –

- □ लोकांना खरा माणूस कळलाच नाही.
- □ तो/ती नेहमी छान वागतात, कधीतरीच तोल जातो तेव्हा जोडीदार म्हणून त्यांना समजून घेणे हे माझं कर्तव्यच आहे.
- □ तो/ती सतत वाईट वागत नाही.
- □ मी जोडीदाराशिवाय एकटा/एकटी राहूच शकत नाही.
- □ त्याचं माझ्यावर प्रेम आहे.

५. शैथिल्य/मनाचे जडत्व

- □ या वयात बाहेर पडणे अवघड आहे.
- □ माझ्याकडे पैसे मिळवण्याचे साधन नाही आणि आता कोणी नोकरीही देणार नाही.

- आता मला स्वत:च्या पायावर उभे राहून मुलांची आणि स्वत:ची जबाबदारी/काळजी घेणे शक्य नाही.
- मुलांना जे मिळत आहे ते मी देऊ शकणार नाही.
- मुलांचे शिक्षण/लग्न व्हायचे आहे.
- मुले लहान आहेत.
- म्हातारपणात माझ्या आई-वडिलांना माझा त्रास कळला तर ते सहन करू शकणार नाहीत.
- मला जगाची काहीही माहिती नाही आणि मला काही कळत नाही.
- मी आत्ता ज्या दर्जाने रहाते आहे ते जर मी एकटी राहिले तर मिळणार नाही आणि समाजही याचा स्वीकार करणार नाही.
- मला या परिस्थितीची सवय झाली आहे.

६. मुले :

मुले आणि त्यांचे भविष्य असा मोठा प्रश्न छळपीडित व्यक्तीसमोर असतो. आपण जर हा छळ सहन केला तर मुलांना त्रास होणार नाही. जर घटस्फोटापर्यंत गोष्टी गेल्या तर मुलांचा ताबा कस्टडी मिळेल का आणि मिळाला तरी त्यांचे संगोपन करणे एकटीला जमेल का, अशा प्रश्नांमुळेही पीडित स्त्रिया हा नातेसंबंध तोडण्याचा विचार करत नाहीत.

प्रकरण

१२

स्त्रियांवर होणारे परिणाम

पीडित स्त्रियांवर अत्याचाराचा प्रत्यक्ष परिणाम होत असतो. हे परिणाम त्यांच्या दररोजच्या जीवनावर होतात आणि ते काहीवेळा दूरगामी असू शकतात.

खाली काही परिणाम दिलेले आहेत. अर्थात, ही यादी पूर्ण नाही कारण प्रत्येक स्त्री आणि तिच्यावर होणारे परिणाम हे वेगळे असतात.

एकटेपणा, वर्चस्व आणि अवलंबित्व :

अत्याचारी पुरुष स्त्रीला तिच्या बाकीच्या आधारापासून दूर करून तिला एकटे पाडून स्वत:चे तिच्या आयुष्यात महत्त्वाचे स्थान निर्माण करतो, ज्यामुळे ती केवळ त्याच्यावरच अवलंबून असते. इतरांचे तिच्या आयुष्यातले महत्त्व कमी करून तो स्वत:चे वर्चस्व स्थापित करतो. आपल्या नात्यावर, प्रेमावर बाकीचे जळतात, त्यांना बघवत नाही असे सांगून तो तिला मिळणाऱ्या मदतीवर मर्यादा आणतो. आपले नाते वाचवायचे म्हणून, त्याला आवडत नाही म्हणून ती इतरांबरोबरचे आपले संबंध कमी करते आणि ती त्या नात्यात अडकते.

मानसिकरीत्या ती आपल्या नात्यावर, अत्याचार करणाऱ्या जोडीदारावर जास्त लक्ष केंद्रित करू लागते. नात्यात शांतता राखण्यासाठी किंवा स्वत:च्या बचावासाठी हे केले जाते. ते नाते संपले तरीही याचा मानसिक परिणाम भविष्यातही रेंगाळत राहतो. अशावेळी स्वत:ला समजून घेणे, आवडीनिवडी, निर्णयक्षमता या सर्वांवर हा परिणाम दिसून येतो. एकट्या स्त्रीला आपले निर्णय घेणे कठीण होते. कारण हिंसाचारी

नात्यात असताना अत्याचार करणारा तिच्या आयुष्याचे निर्णय घेत असतो त्यातच तिला सुरक्षित वाटत असते.

जबाबदारी, दोष आणि लाज वाटणे

अत्याचार करणारा हिंसेची कोणतीही जबाबदारी घेत नाही. उलट, तो आपल्या कृत्याबद्दल स्त्रीला आणि तिच्यामधील कमीपणालाच दोष देतो. आपल्यावर होणारा अत्याचार बरोबर असून त्याची जबाबदारी स्त्रीचीच आहे आणि हे नाईलाजास्तव होत असल्याचे तो तिला पटवायचा प्रयत्न करतो. ही चुकीची जबाबदारी आपली असल्यामुळे अनेक स्त्रिया स्वत:ला बदलतात. संसारात काही बरेवाईट घडले तर ती आपलीच चूक होती असे मनात असल्यामुळे त्या जोडीदाराच्या अत्याचारी वागण्याचे समर्थन करतात. यामागे जोडीदाराच्या वर्तनाबाबत त्या स्वत:ला जबाबदार समजतात. त्यातून स्वत:बद्दल लाज वाटू लागते. आपण जोडीदाराच्या लायक नाही असेही वाटते. पीडित असल्याबद्दल स्वत:ला दोष देणे व लाज वाटणे अशा भावना असतात आणि अत्याचारी जोडीदार त्या भावनांना खतपाणी घालत असतो.

अपेक्षा, असाहाय्यता, निराशा

अत्याचार होणाऱ्या नात्यातल्या स्त्रियांची जगण्याची आशा कमी होते. त्यांच्या जोडीदाराचे वर्चस्व आणि अत्याचारामुळे स्वतंत्र विचार करण्याची शक्ती कमी वा नाहीशी होते. सततच्या अशा अत्याचारांमुळे तिचा स्वत:वरचा विश्वास कमी होतो. आपण काही करण्याच्या लायकीचे नाही आणि आपल्याला आयुष्यात पुढे कधीही स्वतंत्र निर्णय घेता येतील ही आशाच नाहीशी होते. अनेकींनी तर मन इतके मारलेले असते की हळूहळू त्यांच्यात एक निर्विकारपणा येतो मात्र ती एक प्रकारची असहायता असते.

आरोग्य/तब्येत

हिंसाचाराचा परिणाम पीडित स्त्रीच्या आरोग्यावर दिसून येतो. मनावरील सततच्या ताणामुळे डोके दुखणे, पोटाचे विचार या स्त्रियांमध्ये दिसून येतात. पीडित स्त्रियांमध्ये रोग प्रतिकार शक्ती कमी असल्याने त्यांना श्वसनाचे आजार होण्याचे प्रमाण जास्त आहे. अत्याचारात स्त्रीला विविध प्रकारची शारीरिक इजा पोहोचू शकते. माराबाबत वाटणारी लाज आणि अत्याचारी पुरुषांकडून उपचाराबद्दलची उदासीनता यामुळे तिला विविध व्याधींना सामोरे जावे लागते. पीडित स्त्रियांना डोक्यावर मार लागण्याची

शक्यता जास्त असते, ज्याचा परिणाम तिच्या मनावर, स्मृतीवर, मूडवर होऊ शकतो. ज्या स्त्रियांना लैंगिक अत्याचारांना सामोरे जावे लागते त्यांना संसर्ग व इतर आजारांचा सामना करावा लागतो.

काळजी

पीडित महिलांमध्ये डिप्रेशन, अती काळजी व चिंता हे मानसिक आजार दिसून येतात. त्यांचा उपचार होत नसल्याने त्यांचा परिणाम दूरगामी असतो. तिच्या आयुष्यावर, इतर नात्यावरही याचा परिणाम होत असतो.

काहीवेळा आपल्यावरचा अत्याचार विसरण्यासाठी स्त्रिया गोळ्या, मद्यपान, मादकवस्तू याकडेही वळू शकतात. मात्र, याचे प्रमाण आपल्या देशात किती आहे याची माहिती उपलब्ध नाही.

कौटुंबिक हिंसाचाराचे परिणाम दूरगामी असल्याचे दिसून येते. त्याच्यामुळे स्त्रीला मानसिक, शारीरिक त्रास बऱ्याच काळापर्यंत सोसावे लागतात.

- काळजी, चिंता
- नैराश्य
- सततचे दुखणे/वेदना
- खाण्याबाबतचा गलथानपणा
- भावनिकतेचा अतिरेक
- भावनिक बधिरता
- आरोग्याच्या तक्रारी
- अकस्मात भीती उद्भवण्याची स्थिती
- स्वत:कडे दुर्लक्ष
- लैंगिक संबंधातील अडचणी
- झोपेच्या तक्रारी
- कुटुंबात तणावाचे वातावरण
- आत्महत्येचा प्रयत्न

जॉन हॉपकिन्स या जगप्रसिद्ध संस्थेने १९९९ साली केलेल्या अभ्यासामध्ये असे दिसून आले आहे की, ज्या स्त्रियांना कौटुंबिक छळ सहन करावा लागतो त्यांच्यात गर्भपाताचे प्रमाण जास्त दिसून येते.

प्रकरण

१३

कौटुंबिक हिंसाचाराचा मुलांवर होणारा परिणाम

दहा वर्षांचा रोहन शाळेत अचानक भांडण, मारामारी करू लागला. त्याच्या ग्रेड्सदेखील खाली घसरत होत्या. नेहमी चांगले मार्क मिळवणाऱ्या रोहनमधला बदल बघून शिक्षकांना काळजी वाटली. दोन-चारदा बोलावूनही त्याची आई शाळेत भेटायला आली नाही. तेव्हा त्याच्या वर्गाच्या बाईंनी त्याच्या घरी जायचे ठरवले. दुपारी बाई घरी गेल्या तर हातात प्लॅस्टर बांधलेल्या रोहनच्या आईने दरवाजा उघडला. बाईंच्या मनात आपलं इथे येणं चुकलं तर नाही ? आईला बरं नाही हे रोहनने सांगितले का नाही? असे अनेक विचार डोकावून गेले. बाईंनी रोहनबद्दल सांगायला सुरुवात केल्यावर त्याच्या आईने रडायला सुरुवात केली आणि आपल्या संसारातल्या त्रासाची माहिती सांगायला सुरुवात केली. रोहनचे वडील लग्न झाल्यापासूनच त्याच्या आईला मारत होते, पण हे सर्व मुलांच्या डोळ्यांसमोर घडत नसल्याने रोहन आणि त्याची बहीण या बाबीबद्दल अनभिज्ञ होते. गेले काही महिने रोहन आणि त्याची बहीणदेखील या छळाला सामोरे जात होते. रोहनच्या मनात वडिलांची भीती असल्याने तो रात्रभर जागा रहात होता आणि त्यामुळेच त्याचे एका हसऱ्या, खेळकर मुलाचे रूपांतर आत्ताच्या रोहनमध्ये झालेले होते.

आपल्या आजूबाजूला असे अनेक रोहन आहेत की, ज्यांचे बालपण घरात होणाऱ्या हिंसाचारामुळे कोमेजून जात आहे.

केवळ अमेरिकेत दरवर्षी २३ लाखांपेक्षाही अधिक मुलांना शाब्दिक छळाला सामोरे जावे लागते. दुर्दैवाने आपल्या देशात याप्रकारची आकडेवारी उपलब्ध नाही.

ज्या घरांमध्ये कौटुंबिक छळाची परंपरा आहे त्या घरांमध्ये मुलांचाही छळ (चाइल्ड ॲब्यूज) होताना दिसून आले आहे.

अनेक परीक्षणांत असे दिसून आले आहे की ६०% ते ७५% घरांत जिथे स्त्रीचा छळ होतो तिथे मुलांनाही मारहाण होते. यात मुलांचे लैंगिक शोषण व्हायची शक्यताही जास्त असते. मुले केवळ छळाची साक्षीदारच नसतात तर ते पाहण्याने त्यांचाही मानसिक छळ होत असतो. छळ होताना पाहण्याचा परिणाम घरातील प्रत्येक मुलाच्या मनावर अनेकविध प्रकारे होताना दिसतो.

अशाप्रकारच्या घरातून मुलांना वयापेक्षा लवकर मोठे व्हावे लागते. स्वयंपाक करणे, साफसफाई करणे, लहान भावंडांचा सांभाळ करणे अशी घरातली जबाबदारी अंगावर घ्यावी लागते. या लहानग्यांचे लहानपण हिरावून घेतले जाते. त्यांचा आपल्या वडिलांवर विश्वास नसतो कारण त्यांनी वडिलांना मारहाण वा छळ करताना पाहिलेले असते. यामुळे मोठे झाल्यावर त्यांच्यामध्ये विश्वासाच्या अभावामुळे निर्माण होणारे प्रश्न दिसून येतात (ट्रस्ट इश्यूज).

या घरातली मुले खूप टोकाचे स्वभाव दाखवतात. एकतर ती कमालीची आत्मकेंद्रित असतात अथवा बाह्यकेंद्रित असतात. त्यांच्यात कारणाशिवाय अंग दुखणे, झोपण्याची तक्रार, गादी ओली करणे, हिंसक वृत्ती अशी लक्षणे दिसतात. एकलकोंड्या स्वभावामुळे मित्र नसतात आणि असल्यास ती मुले मित्रांना घरी आणण्यास नाखूश असतात. पाच वर्षांखालील मुलांमध्ये तोतरेपणा वा उशिरा प्रगती दिसून येते.

या मुलांमध्ये भीती, कारणाशिवाय चिडणे, अपराधीपणा, असुरक्षिततेची भावना, एकटेपणा, घाबरणे, हतबलता, द्विधा मन:स्थिती अशीही लक्षणे दिसून येतात.

या मुलांच्या मनात छळणाऱ्या पालकांबद्दल घृणा असते पण काहीवेळा त्यांच्या मनात छळ सहन करणाऱ्या पालकांबद्दलही घृणा वा तिडीक निर्माण होते.

स्वत:ला मारापासून, छळापासून सुरक्षित ठेवण्याकरता ती छळ करणाऱ्या पालकांचा पक्ष घेतात, प्रसंगी छळ करण्यातही सहभागी होतात. छळ सहन करणाऱ्या पालकांकडे ते एक 'दुबळी व्यक्ती' म्हणून पहातात. त्या पालकाने मुलांचा सुरक्षित सांभाळ न केल्याचा व बालपण भोगू न दिल्याचा ग्रह दिसून येतो.

ही मुले तरुणपणात पदार्पण केल्यानंतरही हे मानसिक ओझे आयुष्यभर बाळगतात. बऱ्याचदा लहानपणी घरगुती हिंसाचाराला बळी पडलेली मुले आपल्या स्वत:च्या संसारातील गोष्टी हाताळण्यासाठी हिंसाचाराचाच आधार घेतात. आपल्या जोडीदारावर हिंसाचार करतात आणि मारहाण करतात आणि याच प्रकारचे नाते बरोबर आहे असे त्यांना वाटू लागते. हिंसाचार आणि नाते यांचे विचित्र संबंध त्यांच्या मनात असल्याने

ते तसेच वागतात. याचे कारण त्यांनी लहानपणापासून छळ करणारा आणि सोसणारा असेच नाते पाहिलेले असते. आपला जोडीदार सोडून जाईल अशी भीती असते तसेच स्वत:बद्दल न्यूनगंड असतो. लहानपणी न उपभोगता आलेला अधिकार नात्यात स्थापन करणासाठी ते हिंसाचाराचाच वापर करतात. प्रेम आणि हिंसाचार याविषयी त्याच्या मनात विचित्रभावना असतात.

ही हिंसाचाराची साखळी पीडित स्त्रीला, मुलांना, कुटुंबाला मानसिक मदत मिळत नाही तोपर्यंत चालू रहाते. मोठेपणी ही मुले एक तर छळ करणारा किंवा पीडित या प्रकारचे टोकाचे वर्तन करतात. त्याचप्रमाणे मुले छळापासून वाचण्यासाठी बचावात्मक वा सोशिक या प्रकारची भूमिका घेतात. ते आपला जोडीदारही पीडित वा हिंसाचारी या दोन्हींपैकी निवडतात कारण त्यांना यापेक्षा वेगळेकाही माहीत नसते.

मुख्यत्वेकरून मुलाला पीडित आईबद्दल अनुकंपा व हिंसाचारी वडिलांबद्दल तिरस्कार असतो. मोठेपणी मुलगा मध्ये पडून वडिलांपासून आईला वाचवायचा प्रयत्न करतो. तो आईच्या जवळचा, लाडका बनतो. वडिलांच्या अनेक जबाबदाऱ्याही तो पार पाडतो. आई-मुलात उत्तम संवाद निर्माण होतो, तर वडील आणि मुलातला संवाद जवळपास नसतो.

तारुण्यात पदार्पण करताना हा मुलगा हिंसक, विरोध करणारा होऊन हाताबाहेर जाऊ शकतो. आईबरोबरचे नाते त्याला खुपू लागते आणि आपल्या परिस्थितीबद्दल तो आईला दोषी मानतो आणि यावेळी तो वडिलांशी नाते जोडून आईशी वाईट वागायला लागतो. लहान भावंडांवर अत्याचार करतो, वाईट वागतो. या काळात त्याला दारू, ड्रग्जची सवय लागण्याची शक्यता असते. तो जर नात्यात असेल तर तिथेही तो जोडीदाराचा छळ करताना दिसतो. त्याचे आणि आईचे नाते हे आई-वडिलांच्या नात्यासारखेच असते. तो घरात कर्ता पुरुष आहे हे सिद्ध करण्यासाठी तो सर्वप्रकारचे प्रयत्न करतो. आपण आईला वाचवू शकलो नाही, ही सल त्याला बोचत राहते आणि पुढे तो सर्वच स्त्रियांचा अनादर करू लागतो.

तर मुलगी अनुभवातून 'हिंसा म्हणजेच नाते' असे मानू लागते. काहीवेळा अत्याचारपीडित आई आपल्या मुलांकडे मदतीसाठी याचना करते. मुलांच्यात आधार शोधू लागते; पण हे जाणण्याची परिपक्वता मुलांमध्ये नसल्याने त्याचा परिणाम म्हणजे मुलांच्यात न्यूनगंड निर्माण होतो.

प्रकरण

१४

कायद्याचे संरक्षण

भारत सरकारने कौटुंबिक हिंसाचाराला शिक्षेस पात्र मानले आहे आणि लग्न न करता जोडीदाराबरोबर एकत्र रहाणाऱ्या स्त्रियांना कायद्यात संरक्षण दिले आहे. तसेच अनेकदा बळी पडलेल्या स्त्रियांना Protection of Women from Domestic Violence Act २००५ हा कायदा संमत करून कायद्याचा आधार दिला आहे.

हा कायदा काय सांगतो हे आपण थोडक्यात समजावून घेऊयात.

अशा कायद्याची जरुरी आहे का?

कौटुंबिक हिंसाचार हा समाजाच्या सर्वच थरांत घडताना दिसतो पण दुर्दैवाने त्याबद्दल बोलणारे वा तक्रार करणारे हाताच्या बोटावर मोजण्याइतकेच असतात.

२००५ पर्यंत घरगुती छळाला बळी पडलेल्या स्त्रियांना दिवाणी कोर्टात घटस्फोट आणि फौजदारी कोर्टात भारतीय दंडविधानाच्या कलम-४९८अ खाली दाद मागता यायची, पण ते पुरेसे नव्हते; कारण यात कुठेही आपत्कालीन मदत मिळण्याची सोय नव्हती. तसेच यात असलेले उपाय या वैवाहिक जीवनाशी निगडित इलाज होते. कोर्टात कामकाज चालू असताना त्या सुरक्षित असल्यामुळे दाद मागणाऱ्या स्त्रीला हिंसा करणाऱ्याच्याच दयेवर आणि भीतीच्या छायेत जगावे लागत होते. तसेच या कायद्यात वैवाहिक नात्याव्यतिरिक्त इतर कुठल्याही नात्याला मान्यता नव्हती. या सर्व अडचणींमुळे अनेक स्त्रियांना मूकपणे अत्याचार सहन करणे भाग पडत होते. या सगळ्या बाबी लक्षात आल्यामुळे आणि त्यातून मार्ग काढण्यासाठीच Protection of Women from Domestic Violence Act २००५ अस्तित्वात आला.

या कायद्याअंतर्गत कुणाला फायदा व संरक्षण मिळणे अपेक्षित आहे?

स्त्रिया आणि मुले यांना या कायद्याद्वारे संरक्षण मिळू शकते. कायद्याच्या कलम २(अ)द्वारे प्रतिवादीच्या बरोबर कौटुंबिक नात्यातल्या कुठल्याही स्त्रीला मदत मिळणे शक्य आहे. पत्नी, बहीण, आई, वहिनी, मुलगी (लग्न होऊन सासरी गेली असली तरीही) तसेच एकत्र कुटुंबात रहाणाऱ्या व नातेसंबंधातील कुठल्याही महिलेला कौटुंबिक छळाविरोधात संरक्षण मिळू शकते. लिव्ह इन रिलेशनशिप (लग्नाशिवाय एकत्र रहाणाऱ्या) महिलेला जोडीदारापासून त्रास होत असेल, तर या कायद्याचा आधार घेता येतो.

स्त्री ज्याच्याबरोबर कौटुंबिक नात्यात असून एकत्र घरात (shared household) रहात असेल आणि ती जर कौटुंबिक हिंसेची बळी असेल तर या कायद्याखाली स्त्रीला अशा व्यक्तीविरुद्ध केस करता येईल.

मुलांनासुद्धा त्यांचा मानसिक, शारीरिक, आर्थिक वा लैंगिक छळ करणाऱ्या पालक किंवा पालकांविरुद्ध तक्रार करता येते. इतकेच नाही तर मुलांच्यावतीने कोणतीही व्यक्ती ही तक्रार करू शकते.

या कायद्यात प्रतिवादीची व्याख्या काय आहे?

या कायद्यातील कलम २(क्यू) सांगते की, कोणताही सज्ञान पुरुष जो छळ झालेल्या व्यक्तीच्या कौटुंबिक नात्यातला आहे, तो नवरा वा जोडीदार, त्याचे नातेवाईक, सासू, सासरे यांनाही कायद्याने प्रतिवादी म्हणून आपल्या अधिकारात आणले आहे.

पूर्वी या कायद्याच्या परिभाषेत केवळ पुरुषांविरुद्धच तक्रार करता येईल, असा समज होता. मात्र, सर्वोच्च न्यायालयाने एका महत्त्वाच्या प्रकरणात निकाल देताना या कायद्याच्या परिघात प्रतिवादी म्हणून एकत्र घरात रहाणाऱ्या पुरुषाच्या महिला नातेवाईकांविरुद्धदेखील खटला भरता येईल, असा महत्त्वाचा निर्णय दिला आहे. कारण अनेकदा घरातील इतर महिलाच पुरुषाला हिंसाचारासाठी उद्युक्त करतात, असे दिसून आले आहे.

हा कायदा केवळ लग्न झालेल्यांच्या पुरताच मर्यादित आहे का?

हा कायदा लग्न न करता एकत्र रहाणाऱ्या जोडप्यांनाही आधार देतो. एखादी स्त्री आपल्या जोडीदारासोबत लग्नाशिवाय एका घरात रहात असेल, तर तीसुद्धा दाद मागू शकते.

कायद्याच्या कलम २(जी) प्रमाणे ज्या दोन व्यक्ती एकत्र रहातात किंवा कधी

काळी एकत्र घरात (shared household) मधे एकत्र रहात होत्या, अशांना त्या कौटुंबिक नात्यात असल्याचे (Domestic Relationship) मानले आहे. यातली नाती केवळ वैवाहिक बंधनापुरतीच मर्यादित न ठेवता एकत्र रहाणारे, लग्न झालेले, लग्नामुळे नाते जुळलेले, दत्तक, एकत्र कुटुंब अशा सर्वांनाच कौटुंबिक नात्यात असल्याचे (Domestic Relationship) म्हटले आहे.

कौटुंबिक नात्यात बहिणी, विधवा, माता, मुली, एकत्र रहाणारी स्त्री, एकटी स्त्री या सर्वांना या कायद्याद्वारे न्याय मागण्याचा हक्क दिलेला आहे.

कोणतीही विधवा अथवा लग्न न झालेली बहीण वा मुलगी यांपैकी ज्यांना घरात त्रास सहन करावा लागतो अशांना हा कायदा संरक्षण देतो. फसवून केलेले लग्न, दुसरी पत्नी (Bigamous Marriage) किंवा ज्या लग्नाला कायद्याची मान्यता नाही अशा नात्यात अडकलेल्या सर्व महिलांना हा कायदा संरक्षण देतो.

या कायद्यानुसार कौटुंबिक हिंसाचाराची व्याख्या /परिभाषा

कलम ३ नुसार कोणतेही कृत्य, वागणे (act/conduct/omission/comission) ज्यामुळे एखादी जखम किंवा इजा होते अथवा जखम वा इजा व्हायची शक्यता असते त्या सगळ्या प्रकारच्या वागण्याला, कृत्याला कौटुंबिक हिंसा असे संबोधले गेले आहे.

हा कायदा शारीरिक, लैंगिक, मानसिक, शाब्दिक, आर्थिक छळ अथवा यापैकी काही करण्याची धमकी देणे अशा सर्व प्रकारचा अत्याचार विचारात घेतो.

मारहाण, लैंगिक शोषण, पगार हडप करणे, संपत्तीत वाटा नाकारणे, प्रतिष्ठेला वा स्त्रीत्वाला बाधा येईल असे गैरवर्तन, लागेल असे बोलणे आदी प्रकारच्या छळवणुकीचा यात समावेश केला अहे.

केवळ एक कृत्यही (comission / omission) कौटुंबिक अत्याचार/हिंसा असे मानले आहे. त्यामुळे महिलांना न्याय मिळवण्यासाठी आपल्यावरील अत्याचाराला फार काळ सामोरे जावे लागत नाही.

– प्रत्येक व्यक्तीची अत्याचाराची परिभाषा वेगवेगळी असू शकते त्यामुळे कायद्यात विविध अत्याचारांची सखोल माहिती देण्यात आली आहे.

यात शारीरिक, लैंगिक, मानसिक व शाब्दिक आणि आर्थिक हिंसेची व्याख्या देण्यात आली आहे.

शारीरिक अत्याचार – कोणत्याही प्रकारचे वागणे वा कृत्य ज्यामुळे शारीरिक पीडा, इजा किंवा जिवाला वा शारीरिक भागांना धोका निर्माण होणे, तसेच ज्या

कृत्यामुळे एखाद्याच्या तंदुरुस्तीला बाधा होते वा एखाद्या व्यक्तीची वाढ खुंटते.

यात हल्ला करणे, Criminal intimidation & Criminal Force यांचाही समावेश होतो.

लैंगिक अत्याचार – कोणत्याही प्रकारची लैंगिक वर्तणूक ज्यामुळे समोरच्याचा अपमान (humiliation), अत्याचार, मान खाली घालावी लागेल असे वर्तन (degrade) करणे किंवा एखाद्या व्यक्तीच्या प्रतिमेला धक्का पोहोचवणे. स्त्रीला आपल्या नवऱ्याबरोबर मनाविरुद्ध समागम करावा लागला तरी त्या कृत्याचा यात समावेश होतो.

शाब्दिक व मानसिक अत्याचार – कोणत्याही प्रकारे अपमानास्पद बोलणे, घालून पाडून बोलणे, नावे ठेवणे अशाप्रकारची कृत्ये येतात. (Insult, Ridicule, Humiliation, Name Calling)

मुलगा झाला नाही किंवा गरोदर राहू शकत नाही म्हणून सासरची बोलणी खाऊन अपमान सहन कराव्या लागणाऱ्या स्त्रीला या कायद्याचा आधार मिळू शकतो. छळ करणाऱ्या पुरुषाने त्या स्त्रीबरोबर तिची मुले, नातेवाईक किंवा त्या स्त्रीच्या जवळच्या व्यक्तींना जर धमकावले तरीही ते या कायद्याखाली आलेले आहे.

आर्थिक अत्याचार – हिंसाचाराच्या व्याख्येचा हा पुरोगामी आणि अतिशय महत्त्वाचा भाग आहे. ज्या स्त्रीचा वा मुलांचा कायद्याद्वारे वा रूढीनुसार ज्या पैशांवर हक्क आहे किंवा त्याची त्यांना जरुरी व गरज आहे असे पैसे मिळू न देणे वा अडवणूक करणे हे आर्थिक अत्याचारात येते. ज्या कुटुंबात पुरुष पैशांचा शस्त्र म्हणून वापर करतो, त्या घरातील स्त्रीला या कायद्याची मदत होते. जो पती वा जोडीदार आपल्या पत्नीचे दागिने वा स्थावर जंगम मालमत्ता विकतो, तो या कायद्याखाली आर्थिक अत्याचाराचा दोषी समजला जातो. हा कायदा पतीला घरगुती वस्तू विकण्याचा हक्क देत नाही तसेच ज्या मालमत्तेवर स्त्रीचा कायद्याने हक्क किंवा वारसा आहे वा ज्या पैशाची त्यांना जरुरी आहे अशा मालमत्तेपासून तिला तो वंचित करू शकत नाही. तसेच पती आपल्या पत्नीच्या स्त्रीधनाचा वापर करू शकत नाही आणि विकूही शकत नाही. यात एखादी वस्तू जी पत्नीबरोबर सामायिक नावावर आहे वा पत्नीच्या स्वतंत्र नावावर आहे अशा वास्तूंचाही समावेश आहे.

एखाद्या स्त्रीने या कायद्याखाली तक्रार दाखल केली तर हा कायदा तिला धमकी, बळजबरी व छळ यांपासून कोणते संरक्षण देतो?

या कायद्यातली महत्त्वाची जमेची बाब म्हणजे जी स्त्री या कायद्याखाली न्याय मागते तेव्हा तिचा छळ होऊ नये, अशी कायद्याने काळजी घेतली आहे.

कौटुंबिक छळाचा आरोप असलेला पती जोपर्यंत प्रकरण चालू आहे किंवा तिचा निकाल लागत नाही तोपर्यंत आपल्या पत्नीला/जोडीदाराला ज्या वास्तू/गोष्टींवर तिचा कौटुंबिक नात्यामुळे कायदेशीर हक्क आहे त्यांचा वापर करण्यापासून अडवणूक वा वंचित करू शकत नाही. यात एकत्र घराचा वापरदेखील समाविष्ट आहे. थोडक्यात, हा कलह चालू असताना पती आपल्या बायकोकडून दागिने, पैसे काढून घेऊ शकत नाही किंवा तिला घराबाहेरही काढू शकत नाही.

या कायद्याने स्त्रीला कोणते महत्त्वाचे हक्क दिले आहेत?

कलह चालू असतानाही स्त्री तिच्या नवऱ्याबरोबर किंवा जोडीदाराबरोबर हक्काने एकत्र घरात राहू शकते इतकी कायद्याची व्याप्ती मोठी आहे.

अनेकदा प्रकरण वा कलह चालू असताना पती आपल्या पत्नीला घराबाहेर काढतो पण या कायद्यानुसार ते अनैतिक व बेकायदेशीर आहे.

जरी स्त्री तिच्या छळ करणाऱ्या पती वा जोडीदाराबरोबर घर वा घरात शेअर करत असेल तरी 'एकत्र घरात' रहाण्याचा तिचा हक्क कायद्याने मान्य केला आहे.

कलम १७ सर्व विवाहित स्त्रिया आणि स्त्री जोडीदाराला (जी कौटुंबिक नात्यात आहे तिला) एकत्र घरात रहाण्याचा हक्क देतो. यात एकत्र घराची व्याख्या करताना कायदा म्हणतो असे घर की ज्या घरावर स्त्रीचा कायद्याने हक्क, title or beneficial intrest असो वा नसो.

या कायद्याखाली जर स्त्रीला वेगळ्या घराची जरुरी वाटली तर ते पुरवण्याची जबाबदारी तिच्या पती वा जोडीदारावर असते. अशावेळी त्या घराची आणि तिच्या पालनाची जबाबदारीही कायद्याने तिच्या पती वा जोडीदाराचीच असते.

मुख्यत्वेकरून हा कायदा स्त्रीच्या आपत्कालीन मदतीच्या जरुरीची जाणीव ठेवणारा आहे आणि ती मदत पती वा जोडीदारानेच पुरवायची असते. तसेच स्त्रीला तक्रार करण्यापासून किंवा कौटुंबिक छळाविरुद्धचा अर्ज करण्यापासून कोणीही अडवू शकत नाही. तिला संरक्षक अधिकारी आणि इतर मदत करणाऱ्या यंत्रणांकडून मदत मिळण्याचा हक्क कायद्यातील तरतुदीद्वारा दिला आहे.

जी महिला कौटुंबिक छळाची शिकार आहे तिला पोलिस, आधारगृह आणि वैद्यकीय मदत मिळण्याचा अधिकार कायद्याद्वारे मिळतो.

कौटुंबिक छळाच्या तक्रारीबरोबरच स्त्रीला भारतीय दंडविधानाच्या कलम ४९८(अ) खालीदेखील तक्रार दाखल करण्याचा हक्क आहे.

न्यायालयाकडून पीडित महिलेला protection order, residence order, monetory order, compensation order, interim/ex parte order, तिच्या मुलांचा ताबा (कस्टडी) अशा अनेक प्रकारांतून न्याय मिळण्याची सोय कलम १८-२३ द्वारे करण्यात आली आहे. पती वा जोडीदाराने पीडित स्त्रीच्या वरीलपैकी कुठल्याही हक्कांची पायमल्ली केली तर तो दखलपात्र गुन्हा समजला जातो.

फौजदारी न्यायाधीशाला या ॲक्टखालील आरोपाबरोबरच कलम ४९८(अ) खालीदेखील आरोप दाखल करण्याचे अधिकार आहेत. हे सर्व आरोप दखलपात्र आणि जामिनास पात्र नसलेले आहेत.

या हक्कांचे उल्लघंन करणाऱ्याला एक वर्षापर्यंत शिक्षा आणि/किंवा जास्तीत जास्त २०००० रुपयांपर्यंत दंड होऊ शकतो. न्यायालयाचे आदेश पूर्ण देशभर लागू होतात.

या कायद्याने 'एकत्र घराची' काय व्याख्या केली आहे?

कलम २(एस) असे सांगते की, ज्या घरात पीडित महिला कौटुंबिक नात्यात एकत्र किंवा प्रतिवादीबरोबर रहाते किंवा रहात होती त्या घराला एकत्र घर shared household असे म्हणावे.

हे घर भाड्याचे अथवा मालकीचे असू शकते, ते संयुक्तिक व स्वतंत्र मालकीचे असू शकते अथवा ज्यात त्यांचा स्वतंत्र वा संयुक्तिक हक्क, title, intrest or equity आहे.

प्रतिवादी एक कुटुंबातील मालकीच्या घरात रहात असेल (मग त्यात त्याचा हक्क, title, intrest or equity असो वा नसो) अशाही घराचा समावेश shared household मधे केला आहे.

अजूनही भारतात अनेक कुटुंबे एकत्र रहाणे पसंत करतात. अशा परिस्थितीत घरात रहाणाऱ्या प्रत्येक व्यक्तीचा हक्क वा भाग त्या घरावर असतोच असे नाही अशाप्रसंगी त्या घरातील पीडित स्त्रीला न्याय मिळणे कठीण होऊ शकते म्हणूनच या कायद्यात अशा घरात रहाणाऱ्या स्त्रीलादेखील न्याय मिळण्याची तरतूद आहे.

वरील सर्व बाबींमुळे वास्तूच्या मूळ मालकी हक्कात काहीही बदल होत नाहीत.

स्त्री जर पतीच्या कायदेशीर मालकीच्या घरात रहात असेल तर पतीच्या मालकी हक्कात काहीही बदल होत नाही किंवा त्याची अंशत: वा पूर्ण मालकी पत्नीच्या नावे होत नाही.

या कायद्यात कोणत्या वेगळ्या तरतुदी आहेत?

कलम ८ अंतर्गत संरक्षण अधिकाऱ्याची नियुक्ती आणि त्यांच्या अधिकाराची कायद्यानुसार व्याख्या दिली आहे.

संरक्षण अधिकाऱ्याची नियुक्ती राज्य सरकारच्या अखत्यारीत असली तरीही ते न्यायालयाच्या अधिपत्याखाली आणि न्यायकक्षेखाली काम करतील आणि कौटुंबिक छळाच्या केसेसची सगळी जबाबदारी कोर्टातर्फे त्यांच्यावर असेल. ते कौटुंबिक घटनांचा अहवाल बनवण्यासाठी न्यायालयाला मदत करतील तर पीडित स्त्री वा मुलाच्यावतीने संरक्षणासाठीच्या आदेशाचा अर्ज पूर्ण करण्यास मदत करतील. याचप्रमाणे पीडितांना योग्य वैद्यकीय, न्यायिक मदत, आधारगृह आणि इतर योग्य मदत मिळेल याची काळजी घेतील. तसेच पीडित स्त्रीला न्यायालयाने नियुक्त केलेली पैशांची मदत मिळते आहे याची काळजी घेतील. संरक्षण अधिकाऱ्यांनी आपले काम योग्यरीत्या केले नाही अथवा करण्यास नकार दिला तर राज्य सरकारच्या पूर्वपरवानगीने त्यांना योग्य तो दंड होऊ शकतो.

या कायद्याखाली तक्रार करण्याची प्रक्रिया (प्रोसिजर) काय आहे?

पीडित महिलेचा छळ करणाऱ्याच्याविरुद्ध फौजदारी न्यायाधीशाकडे अर्ज करावा लागतो. या कायद्याअंतर्गत तक्रार करता येत नाही. ती अर्जरूपाने पेश करावी लागते. ज्याच्या विरोधात तक्रार केली आहे तो आरोपी नसून विरोधीपक्ष असतो. पीडित महिलेबरोबर कायद्याने मान्यता दिलेल्या स्वयंसेवी संस्थादेखील त्या महिलेच्या वतीने अर्ज दाखल करू शकतात.

हा अर्ज कुठे करता येतो?

तुम्ही कोणत्याही फौजदारी न्यायाधीशाकडे ज्या ठिकाणी तुम्ही कायमच्या किंवा तात्पुरत्या वास्तव्यास आहात किंवा काम करता अथवा ज्या ठिकाणी प्रतिवादी कायमच्या किंवा तात्पुरत्या वास्तव्यास आहे किंवा काम करतो अथवा जिथे ही कौटुंबिक हिंसेची घटना घडली त्या ठिकाणी हा अर्ज/केस दाखल करू शकता.

प्रकरण

१८

छळ होताना मदत कशी मागाल?

भारतात अनेक घरात, मुलीचे लग्न करून दिले की तिचे आई-वडील आपली जबाबदारी संपली या नजरेतून बघत असतात. छळ होणाऱ्या स्त्रीला माहेरून आधार मिळेलच असा विश्वास नसतो. मुलीच्या लग्नात खर्च केला, आता मुलगा, सून काय म्हणतील असाही काहीवेळा पालकांचा दृष्टिकोन असू शकतो. पालकांची आर्थिक परिस्थितीदेखील कारणीभूत असते. त्यामुळे छळ सोसणाऱ्या स्त्रीला ना समाजातून मदत मिळते ना माहेरचा आधार. मग तिच्यापुढे आत्महत्येविना दुसरा उपायच उरत नाही.

ही किंवा अशीच परिस्थिती समाजाच्या सर्वच थरांत दिसून येते. मुलीचा छळ होत असताना तिला मदत करणे वा मध्यस्थी करण्याऐवजी मुलीलाच 'नीट' वागायला आणि जुळवून घ्यायला सांगितले जाते.

आजूबाजूचे, शेजारी, मित्रपरिवारदेखील ही 'घरगुती भानगड' म्हणून मध्यस्थी करण्याचे टाळतात.

कौटुंबिक छळ सोसणाऱ्या स्त्रियांच्या मदतीसाठी भारत सरकारने कौटुंबिक हिंसाचार कायदा २००५ हा कायदा केला आहे. हा कायदा लग्न झालेल्या आणि न झालेल्या सर्व स्त्रियांना लागू होतो.

आपल्या प्रत्येकाला घरात आणि घराबाहेर सुरक्षित रहाण्याचा हक्क आहे. त्यामुळे हिंसात्मक घरात सुरक्षित कसे रहावे, यासाठी काही गोष्टी लक्षात घ्यायला हव्यात.

१. संकटाच्या काळात वा परिस्थिती हाताबाहेर जाते आहे असे वाटल्यावर तुम्ही मुलांबरोबर सुरक्षितपणे कशा घराबाहेर पडू शकता याचा शोध घ्या आणि त्याची मुलांनाही योग्य कल्पना देऊन ठेवा.

२. ज्या खोलीत हत्यार सहजपणे हाताला लागू शकते त्या खोलीत शक्यतो वाद/हिंसा होणार नाही याची काळजी घ्या. उदा. स्वयंपाकघर आणि न्हाणीघर ज्यात तुम्ही सहजपणे बंदिस्त (trap) होऊ शकता.

३. काही पैसे आणि किल्ल्या सुरक्षित जागी ठेवा, जर तुम्हाला घाईत घराबाहेर पडायला लागले तर याचा उपयोग होतो.

४. पासपोर्ट, मुलांचे जन्मदाखले, बँकेचे पुस्तक, लायसन्स अशी सर्व महत्त्वाची कागदपत्रे एकत्र सुरक्षित ठेवा.

५. तुम्ही संकटात आहात व तातडीने कारवाई व्हावी म्हणून मुलं, मैत्रिणी, शेजारी, इतर कुटुंबीय यांच्यात इतरांना सावध करण्यासाठी, एखादा सांकेतिक शब्द ठरवून घ्या. कारण काहीवेळा तुम्ही उघडपणे मदत मागू शकत नाही.

६. लहान मुलांना संकटकाळी मदत मागण्यासाठी फोनचा वापर कसा करावा हे शिकवून ठेवा.

७. मोबाइल असल्यास तो सतत बरोबर ठेवा मात्र त्यात क्रेडिट आहे आणि तो चार्ज असेल याची काळजी घ्या.

८. आपल्या फॅमिली डॉक्टरशी बोला आणि त्यांना तसेच जवळच्या मैत्रिणीला तुमच्या जखमांचे, माराचे तपशील लिहून ठेवायला सांगा, ज्याचा भविष्यात उपयोग होऊ शकतो.

९. वकिलाशी बोलून तुमच्या अधिकारांची माहिती करून घ्या.

१०. तुमच्या मुलांबरोबर बसून सुरक्षेची योजना तयार करून ठेवा.

११. आपल्याजवळच्या स्त्री सेवा केंद्राची मदत मिळवण्याचा प्रयत्न करा – अशा संस्थांचे नंबर टेलिफोन डिरेक्टरीमधून सहजपणे मिळू शकतात.

तक्रारीपूर्वीची पूर्वतयारी

छळ करणारा हा जवळचा जोडीदार, नवरा असल्यामुळे त्याच्याविरुद्ध तक्रार करणे किंवा मुलांबरोबर घर सोडण्याचा निर्णय घेणे स्त्रीसाठी खूपच अवघड आहे.

आजही आपल्या समाजात नवऱ्याला सोडलेल्या स्त्रीला हवी तशी सुरक्षितता मिळतेच असे नाही.

अनेकदा छळ करणाऱ्याकडेच आर्थिक व्यवहाराच्या नाड्या असल्याने ती स्त्री पैशासाठी सर्वस्वीपणे त्याच्यावरच अवलंबून असते.

अशा परिस्थितीत तिला घर सोडणे खूप कठीण होते. त्यासाठी-

१. आर्थिक व्यवहार हातात नसले तरीही थोडेसे पैसे बाजूला काढून ठेवा किंवा बँकेत ठेवा, ज्यांना घरात पुस्तक ठेवणे शक्य नसेल त्यांना मैत्रिणीकडे ते ठेवणे सहज शक्य आहे.

२. शक्य असल्यास उदरनिर्वाहासाठी पैसे मिळवण्याचा मार्ग शोधून ठेवा.

३. घरात किंवा बाहेर जाऊन स्वत:चे पैसे मिळवण्याचा प्रयत्न करा ज्यामुळे जर घराबाहेर पडायची वेळ आलीच तर पुढे काय हा प्रश्न उभा राहणार नाही.

प्रकरण

१६

पुरुष आणि अत्याचार

जगभरातल्या अनेक अभ्यासांतून असे निष्कर्ष आले आहेत की स्त्रियादेखील पुरुषांइतक्याच अत्याचारी असतात. अर्थात, किती पुरुष घरगुती हिंसाचाराला बळी पडतात याची अत्यल्प माहिती उपलब्ध आहे.

पारंपरिक स्त्री-पुरुष नात्यापेक्षा जे समलिंगी नात्यात असतात त्या पुरुषांना कौटुंबिक हिंसाचाराला अधिक प्रमाणात तोंड द्यावे लागते; पण स्त्रीच्या हिंसाचाराला बळी पडलेला पुरुष हेदेखील समाजातील सत्य आहे.

सॅटरडे नाइट लाइफ, सिमसन्स या प्रसिद्ध मालिकांतून काम करणारे अमेरिकन नट फिल हार्टमन कौटुंबिक हिंसाचाराचे बळी पडले. २००४ साली त्यांच्या बायकोने गोळी मारून त्यांची हत्या करून आत्महत्या केली. चौकशीअंती जे सत्य बाहेर आले ते अत्यंत धक्कादायक होते. हार्टमन नवरा बायकोत भांडण, कुरबुर होती. त्यांची बायको व्यसनाधीन होती. यापूर्वीही तिने त्याच्यावर जीवघेणा हल्ला केला होता पण गोष्टी या थराला जातील याची कोणालाच कल्पना नव्हती.

अमेरिकेत साधारणपणे नॉन फेटल व्हायोलन्सच्या एकूण कौटुंबिक हिंसाचाराच्या प्रकरणांपैकी ३% (जवळपास ८०००००) बळी पुरुष असतात आणि बहुतांशी प्रकरणांत पुरुष पोलिसांकडे तक्रार करण्यास अनुत्सुक असतात.

भारतात मध्यंतरी काही हजार पुरुषांनी एकत्र येऊन Save Indian family Foundataion (SIFF) नावाची संस्था स्थापन केली आहे. त्यांच्या मते अनेक भारतीय पुरुष हे स्त्रियांच्या, त्यांच्या कुटुंबाच्या आणि वकिलांच्या रोषाचे बळी पडत आहेत.

आणि स्त्रिया ४९८ अ व कौटुंबिक हिंसाचार कायद्याचा दुरुपयोग करत आहेत असेही या संस्थेला वाटते. सध्याच्या काळातले पुरुषांचे वाढते आत्महत्येचे प्रमाण (६४:३६) याचे प्राथमिक कारण कौटुंबिक क्रूरता हेच असल्याचा या संस्थेचा दावा आहे.

अजयचे मध्यमवर्गीय चौकोनी कुटुंब. आई-वडील, तो आणि धाकटी बहीण. शिक्षणानंतर लठ्ठ पगाराची नोकरी मिळाल्यावर रीतसर मुलगी पाहून लग्नही झालं. अंजलीच्या माहेरचे वळण एकदम वेगळे, त्यामुळे लग्न झाल्यापासूनच घरात कुरबुरी सुरू झाल्या. अंजलीच्या माहेरी खूप शिस्त होती, मुलींनी कसे वागायचे यावर तर अनेक बंधने होती. त्यामुळे तिला अजयच्या घरातलं मनमोकळं खेळीमेळीच्या वातावरणाशी जुळवून घेणे अवघड जात होतं. त्यात कोणतीही स्त्री अजयशी बोलली की, त्यांच्यात काहीतरी आहे असा संशय तिला यायचा. पहिले काही महिने अजयने तिच्या वागण्यात बदल होईल, अशी वाट पाहिली; पण हळूहळू अंजलीचं वागणं सगळ्यांनाच जाचक होऊ लागलं होतं. वहिनी, शेजारच्या काकू, कामावरच्या सहकारी आणि घरातली मोलकरीणही तिच्या संशयाच्या जाळ्यातून सुटली नाही; पण जेव्हा अंजलीने अजयच्या धाकट्या बहिणीबद्दल संशय घेतला तेव्हा मात्र अजयचा संयम सुटला. लग्न झाल्यापासूनची दोन वर्षं मानसिक, भावनिक छळ सहन करण्यातच गेली होती. दररोज दडपण असायचं, आज अंजली कशी वागेल कारण तिला राग अनावर झाला की, ती भांडी फेकून मारायची आणि जीव द्यायची धमकी द्यायची. वकिलाच्या सल्ल्यानुसार घटस्फोटाचा अर्ज करायचेही त्याने ठरवले; पण त्याचवेळी अंजलीने ४९८अ कायद्याखाली अजयच्या कुटुंबीयांविरुद्ध तक्रार केली आणि त्याचे अनेकींशी विवाहबाह्य संबंध असल्यामुळे आपला छळ झाला, यासाठी कौटुंबिक हिंसाचार कायद्याचाही आधार घेतला. आज चार वर्षांनंतरही अजय आपल्या आणि घरातल्यांवरचा कलंक धुऊन टाकण्याच्या आशेने आयुष्याला सामोरा जात आहे. उमेदीची, परत नवा जोडीदार मिळण्याची वर्षं अशीच वाया जात आहेत.

चारचौघांत नवऱ्याच्या न्यूनतेवरून हिणवणाऱ्या स्त्रियाही आपल्या समाजात आहेत. पुरुष हे बहुतेकदा मानसिक आणि भावनिक अत्याचाराचे बळी असतात. खूप कमी केसेसमधे त्यांना शारीरिक अत्याचारही सहन करावा लागतो.

आपल्यावर होणाऱ्या अत्याचाराविरुद्ध पुरुष तक्रार का करत नाहीत, याचीही काही कारणे आहेत. जसे—

१. पुरुष आपल्या भावना उघडपणे सांगत नाहीत : आपल्यावर होणारे अत्याचार इतरांपासून लपवून ठेवणे ही स्त्री व पुरुषांत दिसणारी सर्वसाधारण प्रतिक्रिया

असते. अत्याचाराबद्दल इतरांना कळले, तर स्त्रियांपेक्षाही पुरुषांना उपहास आणि अविश्वासार्हता यांना जास्त प्रमाणात सामोरे जावे लागत असल्यामुळे सुद्धा हे कोणाला सांगावे, असे या पुरुषांना वाटत नसते. समाज काय म्हणेल आणि आपल्या पौरुष्याबद्दल शंका घेतली जाईल, अशीही सुप्तभीती मनात असते. आपण पुरुष म्हणून जगायला नालायक आहोत, दुबळे आहोत या भावनेमुळे अथवा अतिचांगुलपणा व आदर्शवाद (मी तिला समजावेन, बदलेन असे वाटणे) यामुळे पुरुष मदत मागताना कचरतो.

२. मी हे सर्व सहन करू शकतो, हाताळू शकतो, असा फुका अभिमान/ समज : आपला समाज हा पुरुषप्रधान संस्कृतीचा द्योतक असल्याकारणाने पुरुष स्त्रीपेक्षा सबल (मानसिक/शारीरिक) असतो, तो कर्ता असून कुटुंबप्रमुख असतो अशीच शिकवण पुरुषांना लहानपणापासून दिली जाते. त्यामुळे स्त्री जोडीदाराकडून आपला शारीरिक, मानसिक, भावनिक छळ होतो हे कबूल करणे त्यांना अवघड जाते. अनेकदा असे पुरुष अतिशय शांत/स्थितप्रज्ञ होतात किंवा ते आपला संताप/ राग घरापासून बाहेरच्यांवर काढतात.

३. छळापासून लपण्याचा प्रयत्न करणे : घरात कोणत्याही प्रकारचा छळ होत असेल तर पुरुष जास्तीत जास्त वेळ घराबाहेर/घरापासून दूर राहण्याचा प्रयत्न करतो. कामाच्या ठिकाणी जास्त वेळ काढणे, मित्रांबरोबर वेळ काढणे, शक्य असल्यास बदली मागणे, विवाहबाह्य संबंध ठेवणे अशा अनेक प्रकारे तो घरी जायचे टाळतो.

४. मुले : विसंवादी संसारात मुले या घटकामुळे अनेक संसार टिकतात. त्याचप्रमाणे छळग्रस्त घरातही हेच दिसून येते. स्त्रीने घर सोडले तर मुलांचा ताबा (कस्टडी) तिला मिळण्याची जास्त शक्यता असते. मात्र, पुरुषांच्या बाबतीत ही खात्री नसते. घटस्फोट घेतल्यावर किंवा विभक्त झाल्यावर मुलांचा ताबा मिळेल किंवा त्यांना भेटायला मिळेल, याची कोणतीही खात्री नसते. बऱ्याच पुरुषांना अशावेळी मुलांचा आपल्या विरोधात वापर केला जाईल, अशी भीतीही असते.

स्त्रियांवर होणाऱ्या कौटुंबिक अत्याचाराविरोधात समाजात प्रसार होणे जसे गरजेचे आहे त्याचप्रमाणे पुरुषांनाही ही मदत मिळणे तितकेच जरुरीचे आहे.

प्रकरण

१७

सर्वेक्षण

गेल्या काही शतकांमध्ये स्त्रियांविरुद्ध होणारा हिंसाचार हा प्रश्न प्रगतिशील देशांमध्ये चिंतेचा प्रमुख विषय झाला आहे. प्रगतिशील देशांत स्त्रियांना अनेक प्रकारच्या हिंसाचाराला सामोरे जावे लागते; पण कौटुंबिक हिंसाचार हा अनेक स्तरांतील जाती, जमातींचा अविभाज्य भाग असल्याचे दिसून येते. जागतिक आरोग्य संघटनेच्या 'व्हायोलन्स ॲण्ड हेल्थ' या प्रतिअहवालात (रिपोर्ट) कौटुंबिक (शारीरिक) हिंसाचारानंतर मदत मागणाऱ्या स्त्रियांच्या सर्वेक्षणातून असे दिसून आले आहे की, या प्रकारच्या हिंसाचाराच्या बळी असलेल्या पीडित स्त्रियांमधे पोलिसांकडे जाऊन मदत मागणे वा मैत्रिणींना सांगण्याचे प्रमाण प्रगतिशील आणि मागासलेल्या देशांमध्ये अत्यंत कमी आहे. कारण अनेक संस्कृतींमधे स्त्रीला दुय्यम दर्जाची वागणूक दिली जाते आणि बायकोला मारणे हा संस्कृतीचाच भाग असल्याचे मानले जाते व त्यामुळे त्याचे समर्थन केले जाते.

संयुक्त राष्ट्रांच्या जनसंख्या फंडाच्या सर्वेक्षणामध्ये असे दिसून आले आहे की, भारतात १५ ते ४९ वयोगटातील विवाहित स्त्रियांवरील हिंसाचाराचे प्रमाण जवळपास ७०% आहे. या हिंसाचारात मारहाण, मनाविरुद्ध संभोग आणि बलात्काराचा समावेश होतो. इजिप्तमधील विवाहित स्त्रियांमध्ये हेच प्रमाण ९४% तर झांबियात ९१% आहे.

विविध आंतरराष्ट्रीय प्रचार मोहिमांनंतरही विकसित आणि विकसनशील देशांत स्त्रियांविरुद्धच्या हिंसाचाराची व्याप्ती खूपच मोठी आहे. अनेक देशांत तर लहानशा कारणामुळे केलेल्या मारहाणीकडे फारशा गंभीरतेने पाहिले जात नाही. या कारणांमुळे

मुलांकडे नीट लक्ष न देणे, जोडीदाराला न सांगता बाहेर जाणे, जोडीदाराशी वाद घालणे, संभोगास नकार देणे, वेळेवर वा नीट जेवण तयार न करणे, परपुरुषाशी बोलणे अशा प्रकारांचा समावेश होतो.

या हिंसाचाराचा स्त्रीच्या आरोग्यावर परिणाम होतो. तसेच त्यांना एचआयव्ही रोगाच्या संसर्गाची बाधा होण्याचा जास्त संभव असतो. पर्यायाने या सर्व हिंसाचाराचा स्त्रियांच्या मानसिक, शारीरिक आरोग्यावर आणि त्यांच्या जननक्षमतेवरही परिणाम होत असतो. हिंसाचाराच्या एका घटनेमुळे स्त्रीचे कामाचे अनेक दिवस वाया जातात. त्याचे पैशांत रूपांतर केले तर अमेरिकेत दर वर्षी १२.६ बिलियन डॉलर्स तर ऑस्ट्रेलियात ६.३ बिलियन डॉलर्सचा तोटा होतो. भारतात प्रत्येक छळाच्या प्रसंगामुळे बाईचे कामाचे साधारणपणे ७ दिवस वाया जातात.

देशाला होणाऱ्या तोट्याबरोबरच स्त्रियांवरील हिंसाचाराचा दूरगामी परिणाम पुढच्या पिढीवर होत असतो. कारण बहुतेकवेळा मुले अशा हिंसाचाराची साक्षीदार वा बळी असतात. त्यांना मानसिक ताण सहन करावा लागतो.

हिंसाचाराचे स्त्रियांच्या मानसिकतेवर, त्यांच्या आरोग्यावर, जननक्षमतेवर कोणते दुष्परिणाम होतात याचा अभ्यास विकसित देशांत मोठ्या प्रमाणात झालेला दिसतो मात्र विकसनशील देशांत जेथे स्त्रियांवरील अत्याचारांचे प्रमाण जास्त आहे आणि त्याचे दुष्परिणाम जाणून घ्यायची गरज आहे, तेथे अशाप्रकारचे अभ्यास खूप कमी प्रमाणात होताना दिसतात.

गेली अनेक वर्षे मी मार्केट रिसर्चच्या व्यवसायात कार्यरत आहे. व्यवसायाचा भाग म्हणून आम्हाला विविध विषयांचा अभ्यास, सर्वेक्षण करावे लागते. त्यामुळे असे काही लिहीत असताना इतरांच्या माहितीवर पूर्णत: अवलंबून रहाण्याऐवजी स्वत:चीच खात्रीलायक माहिती असावी असा विचार पुढे आला. म्हणून दोन सर्वेक्षणे करण्यात आली.

कौटुंबिक हिंसाचाराबद्दल लिहिताना मला अनेक पीडित स्त्रियांशी संवाद साधता आला. त्यावेळी बऱ्याचजणींना कौटुंबिक हिंसाचार कायद्याची माहिती नसल्याचे जाणवले. तेव्हा शहरी भागात कौटुंबिक हिंसाचाराबद्दल काय मत आहे, कोणत्या प्रकारच्या हिंसाचाराला स्त्रियांना सामोरे जावे लागते, कोणत्या सामाजिक स्तरातील पुरुष हिंसाचार करतात असे लोकांना वाटते आणि कौटुंबिक हिंसाचार २००५ या कायद्याची कितीजणांना माहिती आहे, या संबंधीचे सर्वेक्षण पुणे व पिंपरी-चिंचवडमध्ये करण्यात आले.

हे सर्वेक्षण २००९ आणि २०११ या दोन्ही वर्षांत करण्यात आले. या दोन

वर्षांत लोकांच्या मानसिकतेत काही फरक झाला का, हे पहाणे असा त्यामागे हेतू होता. त्याचप्रमाणे सरकार आणि सेवाभावी संस्थांमार्फत अनेक जनजागृतीचे कार्यक्रम हाती घेतले जातात त्यांचा खरेच फायदा/लाभ होतो का हे पहाणे असाही उद्देश हे सर्वेक्षण दोन वेळा करण्यामागे होता.

या पुस्तकात दोन्ही सर्वेक्षणांची माहिती न देता केवळ २०११ मधीलच महत्त्वाची माहिती देण्यात आलेली आहे. एकीकडे स्त्रीच्या सबलीकरणासाठी लढा चालू असताना अनेक स्त्रियांना वास्तवात कोणत्या परिस्थितीला सामोरे जावे लागत आहे हे तपासण्याच्या दृष्टिकोनातूनच हे सर्वेक्षण करण्यात आले आहे. आजच्या सामाजिक परिस्थितीचे वास्तव समोर मांडण्याकरिताच ही माहिती गोळा करण्यात आली; पण अती माहितीमधून अनेकदा गोंधळ उडण्याचा संभव असतो म्हणूनच पुस्तकासाठी ही माहिती २०११ पुरतीच मर्यादित ठेवण्यात आली आहे. ज्यांना याविषयी अधिक रस आहे किंवा याविषयी जास्त माहिती हवी असेल त्यांना ती नक्कीच उपलब्ध करून देता येईल.

२००९ मध्ये सर्वेक्षण करताना समाजातील सर्व स्तरांतील स्त्रियांचे नोकरी करणाऱ्या व गृहिणी असे वर्गीकरण केले होते. तर दुसऱ्या टप्प्यात शिक्षण हीच कसोटी ठेवण्यात आली होती.

हिंसाचार प्रामुख्याने पुरुषांकडून केला जातो त्यामुळे त्यांचाही या सर्वेक्षणात सहभाग असणे फारच गरजेचे होते. मात्र, पुरुषांसाठी कार्यालयीन आणि अंगमेहनतीचे काम करणारे असे दोनच गट करण्यात आले.

ही पहाणी प्रामुख्याने पुणे व पिंपरी-चिंचवडमध्ये करण्यात आली. यामध्ये झोपडपट्टी, बैठी घरे, चाळी, इमारती, संकुले आणि बंगले अशा सर्व प्रकारच्या घरांमधून फिरून प्रत्येक स्त्री-पुरुषाशी प्रत्यक्ष संवाद साधून प्रश्नपत्रिका भरून घेतली गेली. उत्तरांची सत्यता तपासण्यासाठी लोकांकडून त्यांचा संपर्क क्रमांक अथवा त्यांचा पत्ता मागण्यात आला.

मंत्रा रिसर्च ॲण्ड कन्सल्टंट्स, पुणे या कंपनीच्या व तेथील माझ्याबरोबर काम करणाऱ्या सर्वांच्या सहकार्यानेच या प्रकारचे सर्वेक्षण करणे शक्य झाले. मंत्रा रिसर्च ॲण्ड कन्सल्टंट, पुणे ही एक मार्केट रिसर्च कंपनी असून गेली सहा वर्षे मी त्याची संचालिका म्हणून काम करते आहे.

अशाप्रकारचे सर्वेक्षण करणे अवघड असते, कारण आपल्यावर अत्याचार होतो आहे हे कबूल करणे आणि त्याहीपेक्षा त्याबद्दल दुसऱ्या अनोळखी व्यक्तीला

सांगणे अतिशय कठीण असते. ही माहिती कशासाठी वापरली जाईल, दिलेल्या माहितीचा आपल्याला पुढे काही त्रास होईल का अशा अनेक शंका मनात असतात आणि असे वाटणे एका पीडित स्त्रीच्या बाजूने अत्यंत स्वाभाविक असते व अशा काही जणींनी माहिती द्यायला आढेवेढे घेतले तर ते समजून घेता येते.

या कारणासाठीच ही माहिती गोळा करण्यासाठी मुलींचीच निवड करण्यात आली. ही निवड करताना त्यांना या कायद्याची काही माहिती आहे का? तसेच माहिती गोळा करण्यासाठी त्या का तयार आहेत असे विविध प्रश्न त्यांना विचारण्यात आले. मुलाखतीतून मुलींची निवड करण्यात आली. त्यानंतर सर्वांना प्रशिक्षण देण्यात आले. त्यामध्ये कौटुंबिक हिंसाचार कायद्याची थोडक्यात माहिती, तसेच लोकांशी कसे बोलावे, काय अडचणी येऊ शकतात, कोणी मदत मागितली तर काय करावे अशा अनेक गोष्टींचा समावेश केला होता. दोन दिवस चाललेल्या या प्रशिक्षणानंतर त्यांचा प्रश्नपत्रिका भरून घेण्याचा प्रत्यक्ष सराव करून घेण्यात आला. म्हणजे ज्या काही अडचणी प्रत्यक्षात येऊ शकतात त्यांना कसे तोंड देता येते याचा सराव झाला आणि जी प्रश्नपत्रिका तयार करण्यात आली होती त्यात सुरुवात करण्याआधीच काही बदल करणे आवश्यक आहे का नाही हेदेखील समजले.

त्यापुढील बारा दिवसांत ही सर्व माहिती गोळा करण्यात आली. ही माहिती घरी, ऑफिस, बसचे थांबे, मॉल, रेस्टॉरंट अशा अनेक ठिकाणांहून विविध स्तरांतल्या स्त्रियांशी प्रत्यक्ष बोलून गोळा करण्यात आली.

माहिती भरून घेत असताना अनेकविध अनुभव आले. पहिल्यांदा अशा प्रकारची माहिती कशासाठी, कोणासाठी गोळा केली जात आहे असे विचारले गेले. गोळा केलेल्या माहितीचा उपयोग कशासाठी करण्यात येईल याचीही विचारणा झाली. फॉर्म भरून घेत असताना काही स्त्रियांनी सुरवात केली पण जेव्हा काही खासगी प्रश्न जसे लैंगिक अत्याचार, आले तसे ती पूर्ण भरून द्यायला नकार दिला. अशा प्रश्नपत्रिका बाद ठरवण्यात आल्या. काहींना भीती होती की आपण जर आपल्यावर होणाऱ्या अत्याचाराची खरी माहिती दिली आणि ती जर आपल्यावर अत्याचार करणाऱ्याच्या हातात पडली तर आपल्याला अधिक त्रास सहन करावा लागेल म्हणूनही काहींनी माहिती देण्यास नकार दिला. पण असे असतानाही काहींनी आपली व्यथा प्रश्नपत्रिका भरून घेणाऱ्या मुलींबरोबर शेअर केली. कोणीतरी या विषयावर माहिती गोळा करते आहे हे ऐकून त्यांना बरेच वाटले. याचवेळी स्त्रियांना कौटुंबिक हिंसाचार कायद्याची प्राथमिक माहिती देण्यात आली.

अशाप्रकारच्या सर्वेक्षणात फॉर्म बाद होण्याचे प्रमाण २० ते २५% असे होते. पण संशोधनासाठी पूर्णपणे भरलेल्या प्रश्नपत्रिकाच विचारात घेण्यात आल्या. या सर्वेक्षणातून १९० स्त्रियांची माहिती गोळा करण्यात आली.

१. कौटुंबिक हिंसाचार २००५ कायद्याबद्दल माहिती

पर्याय	एकूण	टक्के
काहीही माहिती नाही	७५	३९.४७
जराशी माहिती आहे	६८	३५.७९
मध्यम पण पूर्ण नाही	३८	२०.००
मला संपूर्ण ज्ञान आहे	९	४.७४
एकूण	१९०	१००.००

या तक्त्यावरून असे स्पष्टपणे दिसून येते की केवळ ५% पर्यंत महिलांनाच या कायद्याची पूर्ण माहिती आहे. एखाद्या कायद्याचा आधार हवा असेल तर त्याची माहिती असणे खूप गरजेचे आहे. अन्यथा, अज्ञानीपणामुळे आपल्याला काहीही आणि कशाचाही आधार नाही असे समजून या स्त्रिया आपल्यावर होणारा अत्याचार सहन करतात.

२. कोणत्या प्रकारचा अत्याचार सहन करावा लागतो?

पर्याय	होय	नाही	% होय
नावे ठेवणे, अपमान, आरडाओरडा, घालून पाडून बोलणे.	८४	१०१	४६.८
मारहाण, लाथा मारणे, थोबाडीत देणे, कापणे, चटके देणे, ढकलणे, गळा आवळणे, मारण्याची धमकी देणे.	५३	१३७	२७.९
दोष देणे, एकटे पाडणे, काय करावे हे सतत सांगणे, पहारा देणे, कोणते कपडे घालायचे वा कोणाला भेटायचे हे ठरवणे.	७४	११६	३९.९

काम करण्यापासून अडवणूक, खर्चासाठी पैसे न देणे, पै पैचा हिशोब मागणे.	३९	१५१	२०.५
मनाविरुद्ध संभोग, इतरांबरोबर संभोग करावा म्हणून दडपण, अनैसर्गिक संभोग, मनाविरुद्ध फिल्म वा चित्र पाहायला भाग पाडणे.	१५	१७५	७.९
हुंड्यासाठी छळणे, हुंड्याची मागणी	२४	१६६	१२.६

यावरून असे स्पष्टपणे दिसून येते की जवळपास निम्म्या स्त्रियांना शाब्दिक, मानसिक अत्याचाराला सामोरे जावे लागते आणि आपल्या देशात हुंडाविरोधी कायदा होऊनही जवळपास १२ टक्के स्त्रियांना अजूनही हुंड्याकरिता छळले जाते. ही परिस्थिती पुणे, पिंपरी-चिंचवडसारख्या महानगरांतली आहे म्हणजे खेड्यातली स्थिती किती भयानक असू शकते, याबद्दल कल्पना न केलेलीच बरी.

जवळपास २० टक्के स्त्रियांना आर्थिक छळाला सामोरे जावे लागते. एकीकडे आपण स्त्री स्वतंत्र झाली, शिकली असे म्हणतो तरीही आजही अनेक घरांतून अशा शिकलेल्या मुलींनादेखील पैशासाठी नवऱ्यावर अवलंबून राहावे लागते ही वस्तुस्थिती आहे.

लैंगिक अत्याचाराचे प्रमाण इथे अत्यंत कमी दिसत असले तरीही ते प्रत्यक्षात जास्त असण्याची शक्यता आहे. आजही आपल्या समाजात लैंगिक बाबी उघडपणे बोलल्या जात नाहीत. त्यामुळे आपल्यावर लैंगिक अत्याचार होतो आहे हे तिऱ्हाइताकडे कबूल करणेही अशक्य बाब आहे.

३. तुमच्यावर होणाऱ्या अत्याचाराविषयी तुम्हाला काय वाटते?

भावना	%
मला या परिस्थितीतून बाहेर पडायचे आहे; पण काय करावे हे कळत नाही.	२९.२
मला कोणाचाही पाठिंबा नसल्यामुळे मला पर्याय नाही.	२५.८
माझ्यावर अत्याचार होतो कारण त्यात माझीच चूक आहे.	१९.१

कौटुंबिक प्रतिष्ठा	१३.५
मुलांच्यासाठी मला सहन केले पाहिजे/मुलांना घेऊन मी कुठे जाणार?	६.७
माझे नशीब वाईट आहे/हे माझे भोग आहेत	५.६

इतर प्रगत देशांच्या तुलनेने भारतात स्त्रियांसाठी असलेल्या सोयी (आपत्कालीन परिस्थितीत राहण्याची सोय) खूप कमी आहेत आणि ज्या आहेत त्याबद्दल सर्वत्र माहिती नसल्याने तसेच कायद्याची माहिती नसल्याने अत्याचार होत असताना त्या परिस्थितीतून बाहेर पडण्याची इच्छा असूनही काय करावे, हे माहीत नसल्याने स्त्रिया आपला होणारा छळ सहन करत राहतात. लग्नानंतर अनेकजणी गृहिणी होतात आणि सर्वस्वी त्या आपल्या जोडीदारावर अथवा त्याच्या कुटुंबावर अवलंबून असतात. मग हातात पैसे नाहीत, पदरी मुलं, कामाची सवय व अनुभव नाही अशा परिस्थितीत एकटी कसे काय राहू शकेन असे वाटूनही स्त्रिया अशा नात्यात राहतात आणि कधीतरी ही स्थिती बदलेल या आशेवर दिवस काढतात. जवळपास ३०% स्त्रिया असा विचार करतात.

तसेच २५.८ स्त्रियांना आपल्याला कोणाचा पाठिंबा नसल्याने तेथेच रहावे लागते. आपल्याकडे मुलीचे एकदा लग्न करून दिले की, आपले कर्तव्य संपले असे वाटते आणि मुलीने घर सोडले तर समाजात आपली प्रतिष्ठा कमी होईल असेही वाटत असल्याने बऱ्याचदा मुलींना माहेरचा पाठिंबा मिळत नाही आणि मग त्या अपरिहार्यता म्हणून छळ सोसत राहतात.

१९.१ टक्के बायकांना आपल्यावर होणारा अत्याचार आपल्याच चुकीचा परिणाम असल्याचे वाटते. आजही स्त्रीला दुय्यम वागणूक दिली जाते. नवऱ्याची नोकरी गेली, तो नीट वागत नसेल तरीही ती चूक बायकोचीच असते असे तिच्या मनावर बिंबवले जाते. तसेच मदत मागणेही कमीपणाचे वाटते कारण आपल्या घरातील अशा गोष्टी बाहेर जाऊन कसे आणि कोणाला सांगायचे असाही मनात विचार असतो. त्यामुळे आपल्याकडे सपोर्ट ग्रुपची म्हणजे आधारगटांची संख्यादेखील कमी आहे आणि मध्यमवर्गीय कुटुंबात हे जास्त दिसून येते. घटस्फोटित स्त्रीला अजूनही समाजात योग्य मान मिळत नाही, त्याच्यामुळेच ती छळ होत असला तरीही घरात रहात असते. तिच्या मदतीसाठी समाजही येत नाही. तिच्यासाठी सरकारी योजनांचा अभाव आहे.

४. तुमच्या नातेवाईक, ओळखीच्या स्त्रियांपैकी कोणी अत्याचाराचे बळी आहेत का?

पर्याय	एकूण	%
होय	७३	३८.४
नाही	११७	६१.६

हा प्रश्न केवळ एवढ्यासाठी विचारला गेला कारण अनेकदा प्रश्नाचे उत्तर देणारी स्त्री स्वत: अत्याचाराची बळी नसेलही पण तिच्या अवतीभवती अशाप्रकारच्या गोष्टी घडत असतात आणि यावरून आपल्या समाजात स्त्रीवरचे अत्याचार किती मोठ्या प्रमाणात घडत आहेत, याचीही जाणीव होते.

५. अत्याचार होत असतानादेखील स्त्री तो सहन करत रहाते. याची कोणती कारणे असावीत, असे तुम्हाला वाटते?

कारणे	%
कौटुंबिक प्रतिष्ठा/मान	२७.७४
मुलांच्यासाठी	१७.४७
घरगुती मामला आहे	१६.४४
तिला घरातल्यांचा पाठिंबा नसेल	१४.३८
ती आर्थिकदृष्ट्या अवलंबून असेल	७.१९
घटस्फोटित स्त्रीकडे पाहण्याचा समाजाचा दृष्टिकोन	६.१६
बाई म्हणून हे सहन करावेच लागते	५.८२
पुरुष बरोबर असतो/बाहेरचा राग काढत असतो	३.०८
हा तिचा दोष आहे	१.०३

समाजातली कुटुंबाची प्रतिष्ठा आजही महत्त्वाची वाटते. अनेक मध्यमवर्गीय कुटुंबात स्त्रीवर अत्याचार होत असतानादेखील आपण बाहेर पडलो तर लोक काय म्हणतील, ही भीती असतेच. त्यातही बऱ्याचदा माहेरूनही स्त्रीवर कुटुंबाच्या

इभ्रतीबाबत दबाव येऊ शकतो. कितीही शिकलेली स्त्री असली तरीही तिला थोडा जरी पाठिंबा नसेल तर असे निर्णय घेणे अवघड होते. त्यातच जर पदरी मुले असतील तर तिचा घर सोडण्याचा निर्णय अजूनच अवघड होऊ शकतो. कारण मुलांना वडिलांचे प्रेम मिळाले पाहिजे तसेच आपण बाहेर पडलो तर मुलांना सद्य:स्थितीत मिळणाऱ्या सर्व सोयी मिळतीलच अशी खात्री नसल्याने स्त्रिया अत्याचार सहन करत घरातच रहातात.

या पाहणीदरम्यान साठी उलटून गेलेल्या काही स्त्रियांशी संवाद साधायचा योग आला. ज्यांना नवऱ्याचा शारीरिक, शाब्दिक, मानसिक त्रास सहन करावा लागला तो सहन करत त्या कशा राहिल्या हे सांगताना, 'तो काळ वेगळा होता, पदरी मुलं होती आणि असा विचार करायचे धाडस नव्हते' अशी उत्तरे मिळाली.

आज परिस्थिती बदललेली आहे तरीही स्त्रिया असा छळ सहन करतात याचे कारण जर स्त्रीने घर सोडले तर समाज तिच्यातच खोडा काढेल किंवा आता नवीन सुरुवात करायची तर खूप कष्ट घ्यावे लागणार अशी सुप्तभीती मनात असते. काहीवेळा तर मानसिक छळामुळे तिच्यातली असा निर्णय घ्यायची क्षमताही नाहीशी झालेली असते.

या माहितीमधील म्हणजे तथ्याधारांमधली समाधानकारक गोष्ट म्हणजे त्रास सहन करणे, सोशिकपणा, हेच तिचे जीवन असा समज कमी होऊ लागलेला आहे आणि स्त्रीचीच चूक असणार असे वाटणारे लोकही नगण्यच आहेत.

६. कोणत्या सामाजिक स्तरातील स्त्रीवर अत्याचार होतो असे तुम्हाला वाटते ?

स्तर	%
सर्व सामाजिक स्तर	४३.२
निम्न स्तर / झोपडपट्टीवासी	३०.०
मध्यम वर्ग / कमी शिक्षण	२३.२
उच्च मध्यम वर्ग / सुशिक्षित	३.७
उच्च स्तर	०.०

स्त्रीवर होणारा अत्याचार समाजाच्या सर्व थरांवर आणि सर्व प्रकारच्या घरांतून होत असतो. त्यात अशिक्षित, सुशिक्षित, श्रीमंत, गरीब असलेच असतात आणि

समाजालासुद्धा याची जाणीव आहे हे या निकालातून दिसून येते. नाहीतर स्त्रीवर अत्याचार म्हटले की केवळ झोपडपट्टीत राहणारी स्त्री आणि मारणारा तिचा दारूडा नवरा असा पूर्वी अनेकांचा गैरसमज होता.

७. एखाद्या स्त्रीवर अत्याचार होताना दिसले / कळले तर तुम्ही काय कराल?

स्तर	%
नवरा / जोडीदाराला समजावून सांगेन.	३०.५३
जवळच्या पोलिस सेल, स्त्री संघटनांना / महिला मदत केंद्रावर तक्रार करेन	२१.५८
मध्ये पडेन / मध्यस्ती करेन	२०.५३
काही करणार नाही, हा त्यांचा कौटुंबिक मामला आहे.	१८.४२
स्त्रीला वकिलाचे नाव सुचवेन	८.९५

अत्याचार होत असताना पाहून समजून सांगून ते कुटुंब टिकवण्याकडेच अनेकांचा कल दिसून येतो. याचे कारण आपली कौटुंबिक पद्धत, सामाजिक व्यवस्था आणि समजावल्यावर सुधारणा होईल अशी भाबडी समजूत हे असावे. एकीकडे समाजाचा स्त्रीवर अत्याचार करणारा आणि अत्याचार होत असलेली स्त्री यांच्याकडे बघण्याचा दृष्टिकोन बदलत असतानादेखील १८% लोक काहीही करणार नाहीत.

८. कौटुंबिक छळाच्या प्रकरणांमध्ये आजकाल वाढ झाली आहे असे वाटते का?

पर्याय	%
होय	५६.८४
नाही	४३.१६

आजकाल दररोज वर्तमानपत्र उघडले की कौटुंबिक हिंसाचाराबाबत एखादीतरी बातमी नजरेस पडते.

९. वरील प्रश्नाचे उत्तर होय असेल तर याचे काय कारण असावे असे आपल्याला वाटते?

कारणे	%
समाजाच्या मानसिकतेत बदल झाला आहे	३६.९४
लोकांना त्यांच्या हक्कांची जाणीव झाली आहे	३०.६३
प्रसारमाध्यमांमुळे	१७.१२
केसेसची संख्या पूर्वीएवढीच आहे	१५.३२

१०. स्त्रीचे वय, शिक्षण आणि स्त्रीवर होणारा अत्याचार यांचे स्टॅटिस्टिकल (संख्याशास्त्रीय) पद्धतीने काही नाते जोडता येते का? हे पाहण्यासाठी शिक्षण आणि अत्याचार यांचा मेळ घातला गेला. त्यातून खूप लाक्षणिक गोष्टी दिसून आल्या.

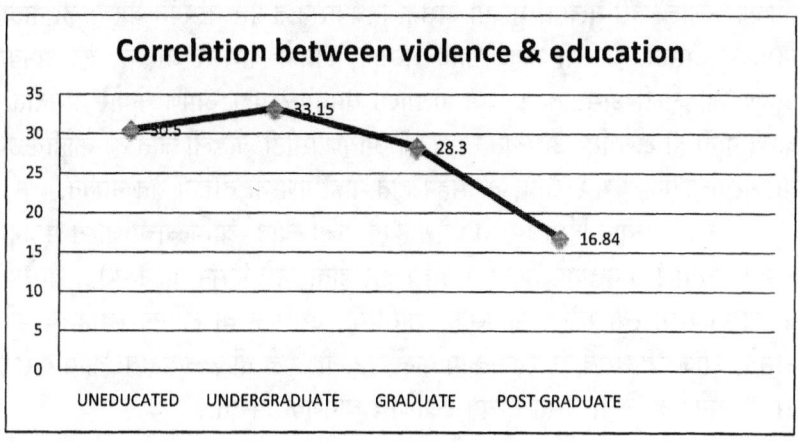

यावरून ढोबळमानाने असे दिसून येते की, स्त्रीचे शिक्षण जेवढे जास्त तेवढे अत्याचाराचे प्रमाण कमी असते. त्यामुळे आज स्त्रियांना शिकवण्याची गरज आहे. स्त्रीचा अभिमान परत मिळवून द्यायचा असेल तर तिला आपल्या हक्काची जाणीव होणे महत्त्वाचे आहे आणि हे शिक्षणातून होऊ शकते.

प्रकरण

१८

कायदा तुमच्या बाजूने आहे

नाती आपल्या सगळ्यांसाठीच महत्त्वाची असतात. जन्माला आल्यापासून आपण कोणाचे तरी मुलगा, मुलगी असतो तिथपासून ते पार मरेपर्यंत वेगवेगळी नाती निभावत असतो. यातली काही नाती जन्माने, लग्नाने बांधली जातात, तर अनेक आपण जोडलेली असतात. प्रत्येक नात्याला वेगवेगळे पदर आणि कंगोरे असतात. काही नाती ही क्षणभंगुर असतात तर काही आयुष्यासाठी जोडली जातात. काहीवेळा या नात्यांचादेखील भार होतो, तो सहन होत नाही पण ती तोडता येत नाहीत.

जेव्हा नात्यात हिंसाचाराचा प्रवेश होतो तेव्हा त्यात स्वामित्वाची जास्त भावना असते. त्यामुळे प्रामुख्याने स्त्रियांवर अत्याचार होतो असे दिसून आले आहे. याचेही कारण पुरुषाला त्या स्त्रीवर मानसिक, शारीरिक, आर्थिक वा लैंगिक स्वामित्व हवे असते. आज स्त्री घराबाहेर पडून काम करू लागली, भले ती उच्च पदावर काम करीत असो, अनेकदा तिला घरात दुय्यम दर्जाचीच वागणूक मिळते.

असे म्हणतात की, सर्व सुखी कुटुंबे सारखी असतात पण प्रत्येक असमाधानी किंवा दु:खी कुटुंब आपापल्या कारणाने दु:खी असते. कौटुंबिक हिंसाचाराचा अभ्यास करताना काही गोष्टी ठळकपणे जाणवल्या. हिंसाचार हा सर्व प्रकारच्या, सर्व थरातल्या घरात घडतो. अत्याचार करणारे जसे अशिक्षित असतात त्याचप्रमाणे भरपूर शिकलेलेही असतात. बऱ्याचदा सुशिक्षित घरातला छळ हा सुप्तस्वरूपात असतो. नावे ठेवणे, अपमान करणे, सतत कमीपणाने वागवणे यामुळे त्या स्त्रीचा मानसिक छळ होतोच पण तिचे अस्तित्वही नाहीसे व्हायला लागते. आपल्या आजूबाजूच्या अनेक घरांमध्ये हे चित्र दिसून येते.

जॉइंट अकाउंटच्या नावाखाली किंवा पगार घरात द्यायच्या पद्धतीमुळे स्त्री कमावती असूनही तिचा त्या पैशावर अधिकार नसतो. काही सर्वेक्षणातून असे दिसून आले आहे की, उतार वयातील लोकांना आर्थिक छळाला जास्त प्रमाणात सामोरे जावे लागते. तेही पोटच्या मुलांकडून वा जवळच्या नातेवाईकांकडून. अर्थात कौटुंबिक हिंसाचार कायदा २००५ खाली पीडित स्त्री आपल्या मुलांविरुद्ध न्यायालयात दाद मागू शकते.

शारीरिक अत्याचार लपवायला तसा कठीणच! पण आपल्यावर अत्याचार होतो आहे हे स्त्री कबूल करत नाही आणि अत्याचाराला पाठीशी घालते. लैंगिक अत्याचाराबाबत बोलणे सर्वसाधारणपणे सगळेच टाळतात, पण असा अत्याचार घडत असतो हे नजरेआड करता येणार नाही.

अशाप्रकारच्या घटना जर टाळायच्या असतील तर नागरिक, शेजारी, नातेवाईक म्हणून आपल्याला आपल्या नजरा उघड्या ठेवणे क्रमप्राप्त आहे. अत्याचाराच्या घटना घडत असतील, तर माझा काय संबंध असे म्हणण्याऐवजी आपण काय मदत करू शकतो याचा विचार केला पाहिजे.

पीडित स्त्रीनेदेखील घराची प्रतिष्ठा, समाजाच्या प्रथा अशा कल्पनांना फाटा देऊन मदत मागितली पाहिजे. तिला कायद्यात अधिकार तर आहेतच पण बाहेरच्यांना अत्याचाराची कल्पना आली तरी तिला आधार मिळू शकतो.

आज मुली लग्न करून परदेशात जात आहेत. तेथे मुलीचा छळ होत असेल तर परक्या देशात ती एकटी पडते आणि कुठे मदत मागावी हे कळत नाही. यावर उपाय म्हणून लग्न करून परदेशी जाणाऱ्या प्रत्येक मुलीने त्या गावातील महिला संघटनांचा नंबर आधीपासूनच जवळ बाळगला पाहिजे. अर्थात प्रत्येक पुरुष अत्याचारी असतो असे मुळीच नाही; पण काळजी घेणे कधीही चांगले नाही का?

लग्नानंतरही मुलीची सुरक्षितता ही तिच्या पालकांचीही जबाबदारी असते; पण मुलीचे लग्न करून दिले की, आपली जबाबदारी संपली किंवा तिचे नशीब तिच्याजवळ असा अनेक पालकांचा दृष्टिकोन असतो. त्यामुळे सासरी छळ होत असताना मुलगी माहेरी मदत मागते तेव्हा आणि हवी तेवढी मदत तिला मिळतेच असे नाही. अशावेळी सासरी छळ सहन करून तिथेच राहण्याशिवाय तिला पर्याय नसतो. आपले आई-वडील वा माहेर आपल्या मागे आहेत ही भावना त्या मुलीला वेगळा आत्मविश्वास देऊ शकते. कारण कधीही समाजापेक्षा पोटाच्या मुलीचा जीव जास्त मोलाचा असतो हे आई-वडिलांनी विसरता कामा नये.

शिक्षणामुळे अत्याचार कमी होतो असे सर्वेक्षणातून दिसून आले आहे. याचा

दुसरा अर्थ असा असू शकतो की शिक्षणामुळे आपल्या हक्कांची माहिती होते आणि तिला आत्मविश्वासही येतो; म्हणून मुलीला शिक्षण देणे ही काळाची गरज आहे. बऱ्याचदा असे दिसून आले आहे की स्त्रीला हिंसाचारातून बाहेर पडण्याचा मार्ग दिसत नाही. आपण स्वत:च्या पायावर उभे राहू शकतो का याबाबतदेखील मनात आशंका असते. बाहेर पडून स्वत:च्या पायावर उभे राहण्याइतके शिक्षणदेखील गाठीशी असते असे नाही. शिक्षणाचा उपयोग केवळ घराबाहेर पडून पायावर उभे रहाणे या पुरताच सीमित नाही; पण स्त्री म्हणून आपलेही काही हक्क आहेत, त्याची माहिती मिळवण्याचा आणि जगाकडे पाहण्याचा एक दृष्टिकोन शिक्षणामुळे मिळतो. काही वेळा अशिक्षितपणामुळे स्त्रिया समजून न घेता कागदपत्रांवर सह्या करतात. यामुळे माहेरच्या इस्टेटीवरचा हक्क सोडणारे कागदपत्र असतील तर तिचा तिच्यामते असलेला शेवटचा आधारही तुटतो. शिक्षण महत्त्वाचे नाही तर स्त्रीच्या दृष्टीने ते वरदान आहे. तेव्हा कौटुंबिक हिंसाचार कमी होण्यासाठी स्त्रीचे शिक्षण अतिमहत्त्वाचे आहे. 'मुलगी शिकली तर घर सुधारले' असे म्हणतात, हे खोटे नाही, हे प्रत्येकाने लक्षात ठेवण्याची वेळ आली आहे.

इतरत्र मिळणारी मदत महत्त्वाची असली तरीही स्त्रीला स्वत:चा आत्मविश्वास असणे गरजेचे आहे. तिचे स्वत्व तिलाच जपले पाहिजे.

आयुष्यातले सगळ्यात महत्त्वाचे आणि कायम बरोबर असणारे नाते म्हणजे आपले स्वत:चे स्वत:शी असलेले. एक स्त्री म्हणून लहानपणापासून इतरांची काळजी घ्यायचे कर्तव्य स्त्रीचे आहे, नाती जपण्यासाठी पुढाकार स्त्रीचा हवा अशी शिकवण मिळते. त्यामुळे सतत इतरांचे हित जपण्यात गुंतून राहिल्यामुळे स्त्री स्वत:कडेच लक्ष द्यायला, स्वत:ची काळजी घ्यायला विसरते. हळूहळू ती स्वत:ला कमी किंमत द्यायला लागते. घरात उरलेले शिळे खायचे तिनेच, नवरा मुले घरात नसतील तर नीट स्वयंपाक न करता 'मला चालतं बाई काहीही' असे म्हणून ताजे न बनवता काहीतरी खाणे असे चालू होते. हे झालं गृहिणीचं. घराबाहेर पडून काम करणाऱ्या स्त्रीची वेगळीच व्यथा. घरातले काम उरकून, स्वयंपाक करून ऑफिसला जायचे, तिथे पुरुषाच्या खांद्याला खांदा देऊन काम करायचे, परत आल्यावर तिने घरात काम करावे ही अपेक्षा! अधेमधे मुलांच्या आजारपणात, परीक्षेच्यावेळी तिनेच रजा काढली पाहिजे, ही अपेक्षा! या अपेक्षा पुऱ्या करताना तिला स्वत:करता वेळच मिळत नाही. घर आणि ऑफिसची कसरत डोंबाऱ्याच्या खेळासारखी. करिअरसाठी वेळ काढला नाही तर आपण चांगली आई नाही ही खंत तर घराकरता जराशा रजा जास्त झाल्या की, 'नाहीतरी तुम्ही वेळ काढायलाच ऑफिसला येता' अशी बोलणी ऐकायला

लागतातच. या सगळ्यात जोडीदार आणि घरातल्यांचा पाठिंबा नसेल तर तिचे हाल विचारायलाच नकोत. लग्नाआधी स्वतंत्रपणे विचार करणाऱ्या, निर्णय घेणाऱ्या लग्नानंतर मात्र मैत्रिणी बरोबर जेवायला जायचे का, याचेही उत्तर अनेकदा नवऱ्याला विचारून सांगते असेच देताना दिसतात. लग्नाआधी प्रियकराला मैत्रिणीने संध्याकाळी उशिरापर्यंत भेटावे, असे वाटते; पण नवरा झाल्यावर त्याला तिने लवकर घरी यावे, असेच वाटू लागते. ती कोठे आहे, कोणाशी बोलते, यावरही त्याचे जरा जास्तच लक्ष राहू लागते. पहिल्यांदा मनाला हव्याशा वाटणाऱ्या भावनेचे मानसिक अत्याचारात रूपांतर कधी होते तेच कळत नाही.

कौटुंबिक हिंसाचार कायदा २००५ आणि घटस्फोट, लग्नासंबंधी कायदे हा पीडित स्त्रीसाठी मोठा आधार आहे. अर्थात, कुठलाही कायदा स्वतःच्या संरक्षणासाठी वापरणे हे सोपे नाही; पण तरीही या कायद्याद्वारे पीडित स्त्री केवळ नवराच नाही तर मुले, सासरचे, लग्नाशिवाय एकत्र राहणारा जोडीदार यांच्याविरुद्ध दाद मागू शकते. अल्पवयीन मुले, जी कायद्याने सज्ञान नाहीत ती आपल्या पालकांविरुद्ध केस करू शकतात, अशी काही उदाहरणे प्रत्यक्षात घडली आहेत.

अमेरिकेच्या माजी राष्ट्राध्यक्षाची पत्नी एलेनोर रुझवेल्ट हिच्या म्हणण्यानुसार, तुमच्या सहमतीशिवाय कोणीही तुमची किंमत कमी करू शकत नाही. तेव्हा आयुष्याच्या प्रवासात स्वतःशी असलेल्या महत्त्वाच्या नात्याचा विसर पडू देता कामा नये; कारण हे नाते नीट जपायचे आपल्याच हातात असते ना? तेव्हा खोट्या प्रेमापोटी, समाज काय म्हणेल, असे म्हणत छळ सहन करू नका. कारण कायदा तुमच्या बाजूने आहे. आजूबाजूला पाहिलंत तर अनेकजण मदत करायलाही तयार आहेत. बऱ्याचदा मुलांसाठी छळ सोसणाऱ्या स्त्रिया हे विसरतात की, घरात होणाऱ्या अत्याचाराचा परिणाम कळत नकळत लहान मुलांवरदेखील होत असतो. इतरांचा विचार करता तसा स्वतःचाही विचार करून फक्त मदत मागा.

लेखक परिचय

कोणत्याही गोष्टीकडे एका वेगळ्या नजरेने पाहण्याची सवय ही मेधा ताडपत्रीकर यांच्या जगण्याची खूण आहे. कायदा, वृत्तपत्रविद्या, व्यवस्थापनशास्त्र, मानसशास्त्र अशा अनेक विषयांचा अभ्यास करण्याची त्यांची क्षमता, त्यांचे वेगळेपण दर्शवते. या सगळ्या विषयांना एकमेकांत गुंफण्याची त्यांची हातोटी स्पृहणीय आहे. त्यामुळेच व्यवस्थापनशास्त्राला मानसशास्त्राची जोड त्यांना देता येते. समाजातील विविध घटनांचा शास्त्रशुद्ध अभ्यास करण्यासाठी त्यांच्या 'मंत्रा रिसर्च' या व्यावसायिक संस्थेचा उपयोग त्यांना करून घेता येतो. कौटुंबिक हिंसाचाराचा शोध घेणारे हे पुस्तक म्हणजे त्यांच्या अभ्यासाचे विषय आणि त्यांचा व्यवसाय यांची उत्तम सांगड आहे.